க. பூரணச்சந்திரன் (1949), திருச்சி பிஷப் ஹீபர் கல்லூரியில் தமிழ்ப் பேராசிரியராகப் பணியாற்றியவர். திறனாய்வுத்துறை, குறியியல், சூழலியல், இதழியல், மொழிபெயர்ப்பு எனப் பல துறைகளில் ஆர்வ மிக்கவர். பல ஆய்வுக் கட்டுரைகளையும் நூல்களையும் எழுதியுள்ளார். அவர் எழுதிய நூல்களுள் தமிழ் இலக்கியத் திறனாய்வு வரலாறு, தொடர்பியல்-சமூகம்-வாழ்க்கை, பத்திரிகை-தலையங்கம்-கருத்துரை ஆகியவை அந்தந்தத் துறைகளில் முதன்முதலாக எழுதப்பட்ட நூல்கள்.

கவிதையியல், கவிதைமொழி: தகர்ப்பும் அமைப்பும், இலக்கியப் பயணத்தில் சில எதிர்ப்பாடுகள் போன்ற திறனாய்வு நூல்களையும் அமைப்பியம்-பின்அமைப்பியம் போன்ற கோட்பாட்டு நூல்களையும் எழுதியிருக்கிறார்.

பல துறைகளையும் சார்ந்த இருபதுக்கும் மேற்பட்ட நூல்களை மொழிபெயர்த்துள்ளார். அவற்றுள் உலகமயமாக்கல், புவி வெப்பமாதல், பின்நவீனத்துவம், இசை: மிகச் சுருக்கமான அறிமுகம், கீழைத்தத்துவம் போன்றவை குறிப்பிடத்தக்கன.

கவிதையியல்

வாசிப்பும் விமர்சனமும்

க. பூரணச்சந்திரன்

அடையாளம்

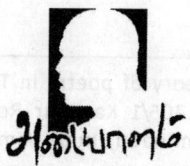

முதல் பதிப்பு 2013
மறுஅச்சு 2014, 2016

© முனைவர் க. பூரணச்சந்திரன்

வெளியீடு: அடையாளம், 1205/1 கருப்பூர் சாலை, புத்தாநத்தம் 621310, திருச்சி மாவட்டம், இந்தியா, தொலைபேசி: 04332 273444

நூல் வடிவம்: த பாபிரஸ், அச்சாக்கம்: அடையாளம் பிரஸ், இந்தியா

ISBN 978 81 7720 192 5

விலை: ₹ 120

---

kavithaiyiyal is a book on theory of poetry in Tamil by G. Poornachandran, Published by Adaiyaalam, 1205/1 Karupur Road, Puthanatham 621310, Thiruchirappalli District, Tamilnadu, India, email: info@adaiyaalam.net

திருச்சி வாசகர் அரங்கம், திருச்சி சினிஃபோரம்,
திருச்சி நாடக சங்கம் ஆகியவற்றின் உறுப்பினர்களாக இருந்து
நான் உருவாக உதவிய நண்பர்களுக்கு...

பொருளடக்கம்

	முன்னுரை	ix
1	கவிதை விளையாட்டு	1
2	இலக்கியப் பண்புகள்	9
3	கவிதையின் முக்கியத்துவம்	21
4	கவிதை, செய்யுள், பாட்டு	29
5	கவிதை அனுபவம்	39
6	கவிதை வாசிப்புமுறை - *1*	48
7	கவிதை வாசிப்புமுறை - *2*	52
8	கவிதை வாசிப்புமுறை - *3*	58
9	கவிதைவடிவம்	66
10	படிமத்தன்மை	73
11	அணிசார் மொழி-உருவகம்	84
12	இன்னும் சில அணிகள்	98
13	யாப்பு, ஒலிநயம், சந்தம்	114
14	கவிதை மதிப்பீடு	120
15	கவிதை விமரிசனம்	136
	சுட்டி	142

முன்னுரை

அரிஸ்டாடில் 'கவிதையியல்' எழுதியபோது கவிதை என்னும் ஊடகத்தை மட்டுமே கருத்தில் கொண்டிருந்தார். அப்போது உரைநடையில் இலக்கியம் படைக்கும் வழக்கம் இல்லை. எனவே தன்னுணர்ச்சிக் கவிதையாயினும், நாடகக்கவிதையாயினும், இதிகாசக் கவிதையாயினும், கவிதையின் இயல்புகளைப் பேசுவதாகவே அந்த நூல் அமைந்தது. இன்று உரைநடைப் படைப்புகள் பெருகியபிறகு கவிதையியல் என்பது இலக்கியம் அனைத்திற்குமான கொள்கையைப் பேசுவதாகிவிட்டது. அதாவது இலக்கியக் கொள்கை என்பதற்கு மறுபெயராகிவிட்டது.

ஆனால் நான் அவ்வாறு கொள்ளவில்லை. தமிழ் இரண்டாயிரம் ஆண்டுப் பழமையான கவிதைகளை உடையது என்பதனால் கவிதைக் கொள்கையைப் பற்றிப் பேசுவதற்கு மட்டுமே இந்தத்தலைப்பைப் பயன்படுத்தியுள்ளேன். உரைநடை இலக்கிய வகைகளைப் பற்றியோ, நாடக இலக்கியம் பற்றியோ நான் இங்கே பேச முனையவில்லை. பழங்காலத் தமிழ்க்கவிதைகள் முதல் தற்காலக் கவிதைவரை ஒரு பார்வையில் வைத்துக் கவிதையின் குணங்களை அணுக முயன்றிருக் கிறேன். ஆங்காங்கே ஆங்கிலக் கவிதைகளின் அடிப்படையில் சில கருத்துகளைச் சொல்லியிருப்பினும் நமது கவிதை மரபு அடிப்படை யிலேயே இந்த நூல் எழுதப்பட்டிருக்கிறது.

ஓர் எச்சரிக்கை: உறுதியாக இந்த நூல் அமைப்புவாத, பின்-அமைப்பு வாத நோக்கிலிருந்து எழுதப்படவில்லை. மிகுதியாக ரஷ்ய உருவவாதக் கருத்துகளைப் பின்பற்றியிருக்கிறேன். ஜானதன் கல்லரின் கவிதைக் கொள்கைகளையும் (அமைப்பியம் சாராவகையில்) ஓரளவு பின்பற்றி யிருக்கிறேன். இதற்குக் காரணம், எழுதப்படும் எல்லாவற்றையும் (பின்னமைப்பியநோக்கில் உள்ளதுபோன்று) கவிதை என ஏற்றுக் கொள்ள எனது வாசிப்புப் பயிற்சி இடந்தரவில்லை. அமைப்பிய, பின்-அமைப்பிய முறைகளைப் பின்பற்றினால் கவிதையை மொழி நோக்கிலான பிரதி என்றுதான் காண வேண்டிவரும், தரமதிப்பீடு

என்பதை அறவே புறக்கணிக்க வேண்டிவரும். ஆனால் மனிதமைய நோக்கில், அழகியல் நோக்கில், வடிவவியல் நோக்கில் நாம் இன்னும் ஆழமாக முழுகவேண்டும் என்பது எனது கருத்து. அதற்குப் பின் புதிய கொள்கைகளுக்குச் செல்லலாம். மேலும், அமைப்பிய பின்னமைப்பிய நோக்குகள் விமரிசன ரீதியாகப் பல புதிய பார்வைகளை வழங்கி யிருந்தாலும், அவை இலக்கிய உருவாக்கத்திற்குப் பெருமளவில் உதவுவனவாக இல்லை என்பதை அவற்றைப் பயின்றோர் நன்கறிவர். எனவே குறைந்தபட்சம் இந்த நூலில் அவற்றைத் தவிர்த்திருக்கிறேன். ஒருவேளை பின்னால், தமிழ்ச் சூழலுக்குப் பயன்படுமென்றால், அப்போது அவற்றின் வாயிலாக வெளிப்படும் கவிதைக் கொள்கையை எழுதலாம். மேலும் எவ்வளவு எளிதாகக் கருத்துகளை முன்வைக்க முடியுமோ அந்த அளவுக்கு எளிதாகவே சொல்ல முயன்றுள்ளேன். இதன் பலம்-பலவீனங்களைக் கண்டு ஆராய்ந்து ஏற்றுக்கொள்வது வாசகரின் கடமை.

உலகத் தமிழாராய்ச்சி நிறுவனம் இத்தலைப்பில் அறக்கட்டளைச் சொற்பொழிவை நிகழ்த்த என்னைப் பணிக்கவில்லை என்றால் இந்நூல் உருவாகியிருக்காது. எனவே உலகத் தமிழாராய்ச்சி நிறுவனத்தின் இயக்குநர் அவர்களுக்கும் அங்குள்ள பிற நண்பர்களுக்கும் எனது மனப்பூர்வமான நன்றியைத் தெரிவித்துக் கொள்கிறேன்.

இந்நூலைச் சற்று மேம்படுத்தி செம்மையாக வெளியிடும் அடையாளம் பதிப்புக்குழுவினருக்கு என் நன்றி.

க. பூரணச்சந்திரன்

கவிதையியல்

1

கவிதை விளையாட்டு

கவிதை ஒரு சொல் விளையாட்டு

கவிதை மிகப் பழமையானது, மொழியைப்போன்று உலகளாவியது. மிகப் பழங்கால மக்கள் கவிதையைப் பயன்படுத்தியிருக்கிறார்கள். நாகரிகம் வாய்ந்த மக்கள் அதைப் பண்படுத்தியிருக்கிறார்கள். எல்லாக் காலங்களிலும், எல்லா நாடுகளிலும், எல்லாவித மக்களாலும், எல்லா இன மக்களாலும், போர்வீரர்களாலும், அரசியலறிஞர்களாலும், சட்டவல்லுநர்களாலும், மருத்துவர்களாலும், விவசாயிகள் போன்ற எளிய மக்களாலும், மதகுருமார்களாலும், அறிவியலறிஞர்களாலும், தத்துவவாதிகளாலும், அரசர்களாலும் கவிதை எழுதப்பட்டும் படிக்கப் பட்டும் கேட்கப்பட்டும் வந்திருக்கிறது. எல்லாக் காலங்களிலும், அது படித்தவர்கள், புத்திஜீவிகள், உணர்வுள்ளவர்கள் ஆகியோர் மிகுந்த அக்கறைகாட்டும் துறையாக இருந்துள்ளது. நாட்டுப்புறப்பாடல் போன்ற தனது எளிமையான வடிவங்களில் படிப்பறிவற்றோர், குழந்தைகள் முதலிய எவரையும் கவர்வதாகவும் இருந்திருக்கிறது.

தமிழிலும் கவிதைக்குக் குறைந்தது இரண்டாயிரம் ஆண்டுப் பாரம்பரியமேனும் இருக்கிறது. தொல்காப்பியம் விரிவாக அக்காலத்திய கவிதைக் கொள்கை பற்றிப் பேசுகிறது. அதற்கு முன்னரே பல நூற்றாண்டுகளாகத் தமிழில் கவிதை சிறந்து விளங்கியிருக்கவேண்டும் என்பது வெளிப்படை.

கவிதைக்கு இந்த முக்கியத்துவம் எப்படி வந்தது?

கவிதை, இன்பமளிப்பதாக உள்ளது. மக்கள் கவிதையை வாசிக் கிறார்கள், கேட்கிறார்கள், எடுத்துக் காட்டுகிறார்கள் என்றால், அவர்கள் அதை விரும்புகிறார்கள், அவர்களுக்கு அது மகிழ்ச்சி யளிக்கிறது என்பதுதான் பொருள். சுருங்கச் சொன்னால் கவிதை ஒரு பொழுதுபோக்குச் செயல். இருபதாம் நூற்றாண்டின் இணையற்ற

ஆங்கிலக் கவிஞரான டி.எஸ். எலியட், 'கவிதை ஒரு மேலான மகிழ்ச்சிதரும் பொழுது போக்கு' என்றார்.

ஆனால் இது மட்டுமே கவிதையின் முக்கியத்துவத்தை விளக்கு வதாகாது. ஏனெனில் ஒருவர் கிரிக்கெட் விளையாடுகிறார், இன்னொருவர் சதுரங்கம் விளையாடுகிறார். இன்னொருவர் திரைப்படம் பார்க்கிறார். இதுபோல மக்கள் மகிழ்ச்சியடையப் பலப்பல வழிகள் உள்ளன. அப்படிப்பட்ட வழிகளில் ஏதோ ஒன்றாக மட்டுமே கவிதை கருதப்படவில்லை. மாறாக, ஒரு மனிதனின் வாழ்க்கையில் மையமான ஒரு பகுதியாகவும் அது கருதப்பட்டு வந்துள்ளது. பலகாலமாகக் கல்வித்திட்டத்தின் ஒரு பகுதியாகவும் இருந்துள்ளது.

கவிதை ஒரு விளையாட்டுதான். மொழியினால், சொற்களினால் ஆடப்படும் விளையாட்டு. கிரிக்கெட், டென்னிஸ் போன்ற எல்லா விளையாட்டுகளையும் போலவே இதுவும் பல விதிகளைக்கொண்ட ஒரு விளையாட்டு. கவிதை விளையாட்டில் பங்குகொள்ளவும் குறைந்த பட்சம் இரண்டுபேர் வேண்டும். ஒருவர் கவிஞர். இன்னொருவர் வாசகர். ஆட்டத்தின் விதிகள் ஆடுகின்றவர்களுக்கு நன்கு தெரிந்திருந் தால்தானே ஆட்டம் சிறப்பாக அமையும்? ஆகவே கவிஞனுக்குக் கவிதை விளையாட்டின் 'விதிகள்' நன்கு தெரிந்திருக்கவேண்டும்; வாசகனுக்கும் தெரிந்திருக்க வேண்டும். குருட்டாம்போக்கில் ஆடப் படும் விளையாட்டில் சுவையிருக்குமா?

விளையாட்டு என்றால் தீவிரத்தன்மை அற்றது, 'ஏதோ விளை யாட்டான விஷயம்' என்றுகருத வேண்டியதில்லை. பிரபலமான இன்றைய ஒருநாள் கிரிக்கெட் தொடர்களைப் பாருங்கள். அவை விளையாட்டுதானே? ஆனால் அவற்றிற்குச் செலவிடப்படும் கோடிக் கணக்கான பணம், காலநேரம் ஆகியவற்றிற்கு இணையாக எதையும் கூறமுடியுமா? அவற்றிற்கு இணையான முக்கியத்துவம் கவிதை நிகழ்வு, வாசிப்பு எதற்காவது தரப்படுகிறதா? யாரோ யாருடனோ ஆடுகின்ற ஆட்டத்தைப் பார்ப்பதற்குக் கோடிக்கணக்கான மக்கள் தொலைக் காட்சி முன்னால் தவம் கிடக்கவில்லையா? அதற்கு விரிவுரை சொல்ல என்றே பெரும் ஆட்டக்காரர்கள், வருணனையாளர்கள் நியமிக்கப்பட வில்லையா?

கவிதை சற்றே வித்தியாசமான ஒரு விளையாட்டு. மொழி வாயிலாகத் தன்னை வெளிப்படுத்திக்கொள்ளும் விளையாட்டு.

நாம் நம்மைக் கண்டுகொள்ளும், அதாவது உணர்ந்துகொள்ளும் சூழ்நிலைகளை வார்த்தைகளால் சொல்ல முற்படும்போது அது கவிதை

ஆகிறது. இலக்கியம் எல்லாமே இப்படித்தான் என்றாலும், கவிதை சந்தம், ஒலிநயம் சார்ந்து இயங்குகிறது. ஆகவே ஒலிநயம் சார்ந்த விளையாட்டு, கவிதை. இங்கே பாரதியாரின் சின்னச் சங்கரன், கணக்கு வாத்தியார் பாடம் நடத்திக் கொண்டிருக்கும்போது கணக்கு, பிணக்கு என்றும் படம், மடம், கடம் என்றும் மனத்திற்குள் சொல் விளை யாட்டு நிகழ்த்திக் கொண்டிருந்த சம்பவம் ஞாபகத்திற்கு வருகிறது. ராபர்ட் ஃப்ராஸ்ட் என்னும் அமெரிக்கக் கவிஞர் சொன்னார்: கவிதை என்பது டென்னிஸ் விளையாட்டுப் போன்றதுதான். ஒரே ஒரு வித்தியாசம். டென்னிஸ் விளையாட்டிற்குக் குறுக்கு வலையுண்டு. கவிதை விளையாட்டில் அது இல்லை.

அவ்வப்போது விமரிசகர்களும் அறிஞர்களும் கவிதை விளையாட் டிற்கான விதிகளைத் (கவிதையியல்!) திட்டவட்டமான முறையில் தொகுத்து அமைக்கவேண்டும் என்று முயன்றிருக்கிறார்கள். ஆனால் அவர்கள் முயற்சி வெற்றிபெறவில்லை. ஏனெனில் கவிதை மாறிக் கொண்டே இருக்கிறது.

மேலும் கவிதையும் வாசகர்களுக்கு ஒரே மாதிரித் தோற்றம் அளிப்ப தில்லை. ஒரே நட்சத்திரக் கூட்டத்தை ஓர் இனத்தினர் பெருங்கரடி என்கிறார்கள்; மற்றொரு இனத்தினர் கரண்டி என்கிறார்கள். பிறிதொரு நாட்டவரோ அவை சப்தரிஷிகளைக் குறிப்பவை என்கிறார்கள். கவிதையும் தூரத்திலுள்ள அந்த நட்சத்திரக்கூட்டம் போன்றதே. பார்க்கும் வாசகர்களின் கருத்தியல், மனநிலை, இரசனை போன்ற வற்றிற்கு ஏற்பப் பலவேறு தோற்றங்கள் அளிக்கிறது. கவிதையை வருணிக்க முயல்கிற யாவரும் யானையைப் பார்த்த குருடர்கள் போல அதன் ஒவ்வொரு தோற்றத்தையோ அல்லது ஒவ்வொரு பகுதியையோ முதன்மைப்படுத்தி வருணித்துக் கொண்டிருக்கிறார்கள்.

ஆம், கவிதை ஒரு நட்சத்திரக்கூட்டம் போன்றதுதான். ஒரு நட்சத்திரக் கூட்டத்தில் பல நூற்றுக்கணக்கான நட்சத்திரங்கள் இருக்கலாம். அவை அண்மையில்கூட இருப்பதில்லை. ஒவ்வொரு நட்சத்திரத்திற்கும் இடையில் பல நூற்றுக்கணக்கான, ஆயிரக்கணக்கான ஒளியாண்டுகள் தொலைவும் இருக்கலாம். ஆனால் நமக்கு அவற்றிற் கிடையிலான தூரபேதங்கள் தோன்றுவதில்லை. எந்த ஒப்புமைக் குள்ளும் அடங்காத அவற்றில் ஒரு வடிவத்தைக் காண - ஓர் அமைப்பைக் காண நாம் விழைகிறோம். இது கரடி என்றும், இது ஓரியன் என்றும், இது கார்த்திகைப் பெண்கள் என்றும் ஓர் அர்த்தத்தை நாமாக உருவாக்கிக்கொள்கிறோம். கவிதையும் அதுபோலத்தான். அது மொழி யினால் ஆன ஒரு பிரதி. அதற்கு வடிவம் தருவதோ, அர்த்தங்களைக் கணிப்பதோ நாம்தான் - ஆம், வாசகர்கள்தான்.

ஒரு மகிழ்ச்சி தரும் விளையாட்டு, எப்படி மனித வாழ்க்கைக்கு முக்கியமாகிறது? இதற்கான காரணங்களை அறிய, கவிதை எது எனத் தற்காலிகமாகவேனும் ஒரு புரிந்துகொள்ளலுக்கு நாம் வந்தாக வேண்டும். தற்காலிகமாகவேனும் என்று சொல்லக் காரணம், கவிதையை வரையறுப்பதை விட மனிதனுக்கு அதை இரசிப்பது மிக எளிதாக இருக்கிறது.

மொழியும் இலக்கியமும்

முதலில், *கவிதை என்பது சாதாரண மொழியைவிட, அதிகமாக, அதிக தீவிரமாக உணர்த்துகின்ற ஒரு மொழி* என்று கூறலாம். ஏனென்றால் வெவ்வேறு சமயங்களில் வெவ்வேறு விஷயங்களைச் செய்வதற்கு மொழி பயன்படுகிறது. அதாவது மொழிக்குப் பலவேறு பயன்பாடுகள் இருக்கின்றன.

மொழியின் மிகப் பொதுவான பயன்பாடு, தொடர்புகொள்ள அது உதவுகிறது என்பது. இப்போது மணி ஒன்பதாகிறது என்கிறோம், அண்மையிலுள்ள அரங்கில் ஒரு நல்ல படம் திரையிடப்பட்டிருக்கிறது என்கிறோம், இந்தியாவின் முதல் ஜனாதிபதி டாக்டர் இராஜேந்திர பிரசாத் என்கிறோம். உப்பீனிகள் (ஹாலஜன்) இனத்தில் சேர்ந்தவை புரோமினும் அயோடினும் என்கிறோம். நண்பரைப் பார்த்து, 'ஹலோ, சௌக்கியமா சார்' என்று குசலம் விசாரிக்கிறோம். இது போன்றவற்றை நாம் மொழியின் நடைமுறைப் பயன் என்று சொல்லலாம். தினசரி வாழ்க்கையை நடத்திச் செல்ல இது மிகவும் அவசியம்.

ஆனால் தொடர்புகொள்ளல் ஒன்றைமட்டுமே நோக்கி, நாவல்களோ, சிறுகதைகளோ, நாடகமோ, கவிதைகளோ எழுதப்படுவதில்லை. வாழ்க்கையைப் பற்றிய உணர்வையும், பார்வையையும் தருவதற்காக இவை உள்ளன. இருத்தலோடுள்ள தொடர்பினை இன்னும் நெருக்கப்படுத்தவும், பரவலாக்கவும் இவை உதவுகின்றன.

இருவகை நோக்குகள்

யாவரும் ஏற்கும் அளவுக்கு இதுவரை இலக்கியம் பற்றிய எந்த வரையறையும் அமையவில்லை. அவ்வாறு செய்வது கடினமும்கூட. இதுவரை இலக்கியம் பற்றிக் கூறப்பட்டு வந்த விளக்கங்களை நாம் இரண்டு அடிப்படை வகைகளில் பகுக்கலாம்.

- *இலக்கியம் என்பது ஒருவகைப் புனைந்துரைத்தல் (Fictionalization) என்று கூறுபவை.*
- *இலக்கியம் என்பது அழகியல் இன்பம் தரும் வகையில் அமைக்கப்பட்ட*

ஒருவகை மொழியமைப்புமுறை (Aesthetically pleasing Language Structure) என்று கூறுபவை.

முதல்வகை விளக்கத்தில், புனைந்துரைத்தல் என்பது விரிவான பொருளில் ஆளப்படுகிறது. மரபுவழியான மேற்குநாட்டு இலக்கிய நோக்கு, அரிஸ்டாடில் காலத்திலிருந்தே 'கலை போலிசெய்வது' என்று கூறியது. நவீனத்துவ நோக்கு, அப்பார்வையைப் புறக்கணித்தது. நவீனத்துவ நோக்கின்படி, கலை ஒரு தன்னிச்சையான செயல். நமது நாட்டு நோக்கின்படி, கலை வேறு ஒரு பயனைநோக்கிய கருவி.

பிளேட்டோ கூறிய போலிசெய்தல் முதல் கோல்ரிட்ஜ் கூறிய கற்பனை என்பது வரை எல்லாவற்றையும் முதல்வகைநோக்கில் அடக்கிவிடலாம். 'இலக்கியம் என்பது சமுதாயத்தின் பிரதிபலிப்பு' போன்ற விளக்கங்களும் இதில் அடங்கிவிடும். இதனை எழுத்தாளர் மைய/மனிதமைய நோக்கு (humanist view) என்றும் சொல்லலாம்.

இரண்டாவது வரையறை மொழியமைப்பு முறைக்கு-வடிவத்திற்கு முதன்மை தருவது. தமிழில் இலக்கியத்தைக்குறிக்கும் பழைய பெயர்களான செய்யுள் பனுவல், நூல், (செப்பம் செய்யும் கருவி, செம்மை செய்யப்பட்ட பிரதி) போன்றவை இக்கருத்தையே உட்கொண்டுள்ளன. முதல்வகை விளக்கம் *செயற்படும் முறைக்கு* (Process) முக்கியத்துவம் தருகிறது. இரண்டாவது விளக்கம், *செய்யப்பட்ட விளைவுக்கு* (Product, Text) முக்கியத்துவம் தருகிறது. எனவே இதனைப் பிரதிமைய நோக்கு அல்லது பனுவல்மைய நோக்கு எனலாம்.

ரோமன் யாகப்சன் பார்வையில் இலக்கியம்

ரோமன் யாகப்சனின் கருத்துப்படி, *கலைப் படைப்பு* என்பதும் ஒருவிதத் தொடர்புகோள் முறைதான். எந்தத் தொடர்பு முறைக்குமே சொல்பவர், கேட்பவர் என இருவர் வேண்டும். மேலும் இருவருக்கும் பொதுவான சங்கேதம்/ மொழி/ குறியமைப்பு (Code), சேர்க்கை (Contact) என்பவையும் வேண்டும். உணர்த்தப்படும் விஷயத்தைச் செய்தி (message) எனலாம். இலக்கியமும் ஒருவகைச் செய்தியே.

செய்திகள் ஆறுவகையில் அமையலாம் என்கிறார் அவர்:
1. பொருள் அடிப்படையிலான செய்தி - சூழலை அடியாகக் கொண்டது;
2. உணர்ச்சியடிப்படையிலான செய்தி - சொல்பவரை அடியாகக் கொண்டது;
3. தூண்டல் அடிப்படையிலான செய்தி - கேட்பவரை அடியாகக் கொண்டது;

4. தொடர்பு அடிப்படையிலான செய்தி - சேர்க்கையை அடியாகக் கொண்டது;
5. தெளிவுறுத்தல் அடிப்படையிலான செய்தி - சொற்களை அடியாகக் கொண்டது என்று கூறிய ரோமன் யாகப்சன், இவை ஐந்திலிருந்தும் மாறுபட்டு,
6. தன்னிடமே ஈர்க்கும் சக்தியுள்ள விஷயமே, இலக்கியச் செய்தி என்கிறார். ஆகவே இலக்கிய அடிப்படையிலான செய்தி - தன்னையே மையமாகக் கொண்டது

வேறு நோக்குகள்

கவிதை (இலக்கியம்) என்பதைப் பலவேறு சாத்தியப்பாடுகள் நிகழும் ஒரு களம் என்று வருணிக்கலாம். தனித்த இலக்கியப்படைப்புகள் என்பவை அந்தச் சாத்தியப்பாடுகள் சிலவற்றின் வெளிப்பாடுகள். லாங், பரோல் என்று குறிப்பிடும்போது மொழியியலாளர் சசூர் இதுபோலத்தான் சிந்தித்திருக்கிறார். லாங் என்பது ஒரு மொழியின் சாத்தியப்பாடுகள் அனைத்தின் மொத்தத்தையும் குறிக்கும். பரோல் என்பது தனித்த ஒரு மொழி வெளிப்பாடு.

மொழிக்கும் பொருளுக்கும் இன்றியமையாத் தொடர்பு ஒன்று மில்லை என்பதையும் சசூர் சுட்டிக்காட்டினார். சொற்கள் தம்மளவில் அர்த்தம் தருவதில்லை. அவை ஒன்றுக்கொன்று கொள்ளுகின்ற தொடர்புதான் அர்த்தத்தை உருவமைக்கின்றது. அதுபோலத்தான் கவிதையும். கவிதைப் பயிற்சியால் விளையும் பன்முகத்தொடர்பு கவிதையின் பொருளை வடிவமைக்கிறது. எனவேதான் கவிதையில், இலக்கியத்தில், சொல்லுகின்ற முறை முக்கியமாகிறது.

'கலை கலைக்காகவே' என்ற கொள்கையின் பிதாமகர்களில் ஒருவரான வால்டர் பேட்டர், 'எல்லாக் கலைகளுமே இசையின் தன்மையை நோக்கி நகர முற்படுகின்றன' என்றார். கலைகளுள் யதார்த்தத்தோடு பெரும்பாலும் தொடர்பற்றது இசை. வெறுமனே வடிவம் மட்டுமே சார்ந்தது அது (ஸ்வரங்களால், ஒலிகளால் அமைந்தது). இசையில் ஸ்ருதி-லயம் என்ற இரண்டிற்கு உள்ள முக்கியத்துவம் கிருதிக்கு இல்லை. குறிப்பீடுகளே அற்ற குறிப்பான்களால் நிறைந்தது இசை எனலாம். ஆகவே இசைதான் எல்லாக் கலைகளுக்கும் எடுத்துக் காட்டானது என்று பார்க்கிறார் வால்டர் பேட்டர். விளையாட்டு களிலும் குறிப்பான்கள் மட்டுமே உள்ளன. அவற்றின் குறிப்பீடுகள் இன்னவை என்று வரையறுக்க இயலாது. வேண்டுமானால், நாம் நமது மனப்போக்கிற்கேற்ப அவற்றின் குறிப்பீடுகளைத் தற்காலிகமாக

நிர்ணயித்துக்கொள்ளலாம். இவை போன்றவைதான் கவிதையும் இலக்கியமும் என்று கொள்ளலாம்.

கவிதையியல்

கவிதையியல் என்பது, கவிதைமரபுகளையும், வாசிப்புச் செயல்பாடுகளையும் விவரித்து அவை சாத்தியப்படுத்தும் விளைவுகளுக்கான விளக்கங்களை வழங்க முற்படும் செயல். மேற்கத்தியக் கவிதையியல் சொல்லணியியல் அல்லது பேச்சணியியலோடு (ரிடாரிக்-சொல் அலங்காரங்கள், மேடைப்பேச்சு அலங்காரங்கள் பற்றிய துறை) நெருங்கிய தொடர்புடையது. கவிஞனின் திறன்நிரம்பியமொழி, வாசகனைத் தூண்டி இயக்கக்கூடிய (பெர்சுவேஷன்) தன்மையுடையது. பழங்காலத்திலிருந்தே இது எவ்வாறு நிகழ்கிறதென ஆய்வுசெய்யும் துறையாகக் கவிதையியல் இருந்துவருகிறது. கவிதையின் ஆற்றல் வாய்ந்த சொல்லாடல்களை உருவாக்கப்பயன்படும் மொழி, சிந்தனை ஆகியவற்றிற்கான தொழில்நுட்பங்களாக அந்த மூலவளங்கள் அமைகின்றன.

அரிஸ்டாடில் கவிதையியலைச் சொல்லணியியலிலிருந்து பிரித்தார். இரசிகரைத் தூண்டி இணங்கச் செய்வதற்கான கலை என்று சொல்லணியியலையும், போலி செய்தல் அல்லது பிரதிநிதித்துவப் படுத்துவதற்கான கலை என்று கவிதையியலையும் வேறுபடுத்தினார்.

இடைக்கால மரபுகள் இரண்டையும் இணைத்துவிட்டன. சொல்லணியியல் பேச்சுவன்மையின் கலையாயிற்று. கவிதை என்பது (அறங்கூறவும், களிப்பூட்டவும், மனத்தைக் கனியச்செய்யவும் முயல்வதால்) பேச்சுவன்மையைவிட மேன்மையானதாகக் கருதப்படலாயிற்று. (தமிழில் இதற்குமாறான நிலை இருபதாம் நூற்றாண்டில் உருவாயிற்று.)

பத்தொன்பதாம் நூற்றாண்டளவில், சிந்தனை அல்லது கவிதைக் கற்பனையின் நயமான செயல்பாடுகளிலிருந்து விலக்கப்பட்ட கருவியாகச் சொல்லணியியல் நோக்கப்படலாயிற்று. எனவே அதற்கும் கவிதைக்கும் தொடர்பு இல்லாமற் போயிற்று. (இருபதாம் நூற்றாண்டின் பிற்பகுதியில் அமைப்பியம், பின்அமைப்புவாதம் போன்ற கொள்கைகள் வந்தபிறகு, சொல்லாடலைக் கட்டமைக்கும் சக்திகள் பற்றிய ஆய்வு என்ற வகையில் சொல்லணியியலுக்குப் புத்துயிர் கிடைத்துள்ளது.)

கவிதை இலக்கணம் சொல்லணியியலோடும் அணியிலக்கணத்தோடும் தொடர்பு உடையதுதான். கவிதை, அணிகளை மிகுதியாகப் பயன்படுத்தும் ஒரு மொழியாகும். மேலும் கவிதைமொழி பிறரைத் தூண்டி இணங்கவைத்தலில் *(பெர்சுவேஷன்)* ஆற்றல்பெறுவதை

நோக்கமாகக் கொண்டது. ஒருவகையில், கவிதை, ஏமாற்றும் திறன் கொண்டது. (கூட்டியும் குறைத்தும் முரண்படுத்தியும் பலவாறு வேறுபடுத்திச் சொல்கிறதல்லவா?) வாசகனது மனத்தை மென்மைப் படுத்திவிடுவது கவிதை என்ற நோக்கில் பிளேட்டோ தமது இலட்சியக் குடியரசிலிருந்து கவிஞர்களை நாடுகடத்தி விடவேண்டும் என்றார்.

அரிஸ்டாடில் அணியிலக்கணத்தின்மீதாக அன்றிப், போலி செய்தலின் மீது கவனத்தைக் குவித்ததன் மூலம் கவிதையின் கௌரவத்தை நிலைநாட்டினார். கவிதை தீவிர உணர்ச்சிகளின் வெளியீட்டுக்குப் பாதுகாப்பான வடிகாலாக உள்ளது (கெதார்சிஸ்) என்று அவர் வாதிட்டார். அறியாமையிலிருந்து அறிவுக்கு இட்டுச்செல்லும் மதிப்பு மிக்க அனுபவத்துக்கு உருவம் கொடுக்கிறது என்றும் அவர் வலியுறுத் தினார். ஒரு துன்பியல் நாடகத்தில் (பழங்காலத்தில் நாடகங்கள் கவிதை யில்தான் எழுதப்பட்டன) 'அடையாளம் காணுதல்' (அனக்னாரிசிஸ்) என்பது துன்பியல் நாடகத்தில் ஒரு முக்கியமான கட்டம். அதில் தலைமைப் பாத்திரன் தனது தவற்றை உணர்ந்து கொள்கிறான். தாங்களும் இதே போன்ற அனுபவத்தில் சிக்கி அழிய வாய்ப்புண்டு என்பதைப் பார்வையாளர்கள் உணர்ந்து கொள்கிறார்கள்.

ஆனால், இலக்கியத்தின் கருவிகள், உத்தி நுணுக்கங்கள் பற்றிய விவரிப்பு என்ற அடிப்படையிலும் கவிதையியல் என்பது அணி வகை களின் விவரிப்பாகக் குறுக்கப்படத்தக்கதல்ல. ஆயினும், இலக்கிய மொழி சார்ந்த எல்லாவகையான செயல்பாடுகளுக்குமான மூலாதாரங் களையும் தனக்குள் அடக்கி ஆய்வுசெய்யும் விரிவுபடுத்தப்பட்ட அணியிலக்கணத்தின் ஒரு பகுதியாகக் கவிதையியலை நோக்கலாம்.

2
இலக்கியப் பண்புகள்

இலக்கியம் அல்லது கவிதை என்பதை வரையறுப்பதோ, அதன் இயல்புகளைப் பட்டியலிடுவதோ எளிதான காரியமாக இல்லை.

ஒருவகையில், இலக்கியம் என்பது முன்னணிப்படுத்தப்பட்ட, அணிகள் கையாளப்படுகின்ற, தனிச் சிறப்பான மொழி என்று பார்க்கலாம். அதேசமயம், இலக்கியம் என்பது வெறும் தனிச்சிறப்பான மொழிவகை மட்டுமல்ல. ஏனென்றால் பல இலக்கியப் படைப்புகள் பிற மொழிவகைகளிலிருந்து தாங்கள் தனித்து வேறுபடுவதாகக் காட்டிக்கொள்வதில்லை. வேறு காரணங்களால் அவை பெறும் தனி கவனத்தின் காரணமாக அவை தனித்த இலக்கியங்களாகக் கருதப்படுகின்றன. இந்த வேறு காரணங்கள் என்பன, மரபாக ஒரு மொழியில் வருபவை என்று சொல்லலாம்.

அப்படியானால், குறிப்பிட்ட சில பண்புநலன்களை அல்லது கூறுகளை உடைய மொழி என்று நாம் இலக்கியப் படைப்புகளைக் கருதலாமா? அதாவது நடைமுறை மரபுகள், மொழியில் ஒரு தனிச் சிறப்பான கவனம் ஆகியவற்றின் விளைவாக உருவாகுவதே இலக்கியம் என்று கருதலாமா? ஆனால் இலக்கியத் தன்மையை அளிப்பவை என்று பெரும்பாலும் கருதப்படும் பண்புகள் இலக்கியம் சாராத சொல்லாடல்களுக்கும், நடைமுறைசார்ந்த மொழிக்கும்கூட மிக முக்கியமானவை என்று அண்மைக் காலக் கொள்கையாளர்கள் காட்டியிருக்கிறார்கள். உருவகம் போன்ற அணிகள் இலக்கியத்துக்கு இன்றியமையாதவை என்றும், பிற சொல்லாடல் வகைகளுக்கு அலங்காரம் என்றும் பழங்காலத்தில் கருதப்பட்டன. ஆனால் அவை இலக்கியம் சாராத பிரதிகளிலும் மிகுதியாக இருப்பதையும், இருக்க வேண்டியதன் முக்கியத்துவத்தையும் கொள்கையாளர்கள் இப்போது வலியுறுத்துகிறார்கள். பிறவகைச்சொல்லாடல்களிலும் அணிகள் எவ்வாறு சிந்தனையைக் கட்டமைக்கின்றன என்று காட்டுவதன்மூலம் இலக்கியம் சாராத பிரதிகளிலும் இலக்கியத்தன்மை செயல்படுவதை

அவர்கள் நிரூபித்திருக்கிறார்கள். இலக்கியத்திற்கும் இலக்கியம் அல்லாதவற்றிற்குமான வேறுபாடு இதனால் சிக்கலாகிவிட்டது.

இலக்கியம் அல்லாதவற்றிலும் இலக்கியத்தன்மை உள்ளது என்று நாம் இன்று பேசுவதனாலேயே, இலக்கியத்தை நாம் வரையறுக்க வேண்டி வருகிறது. இலக்கியத் தன்மை என்றால் என்ன என்று காண வேண்டியிருக்கிறது.

இலக்கியப்படைப்புகளின் தனிக்கூறுகள்

இன்று புதுக்கவிதை என்று நாம் சொல்லும் படைப்புகளை ஒரு நூறு ஆண்டுகளுக்கு முன் கவிதை என்று ஏற்றுக்கொண்டிருக்கமாட்டார்கள். இன்று நாம் இலக்கியம் என்று கருதிப் படிப்பவை ஒரு காலத்தில் ஒரு தனிவகை எழுத்தாகக் கருதப்பட்டவையா என்பதும் ஐயத்திற்குரியது. எனவே வரலாற்றுக் கண்ணோட்டமும் இதில் முக்கியமாகிறது. பழங்காலத்தில் செய்யுள்-கவிதை என்பவற்றிற்குமான வேறுபாடும், பாட்டு-கவிதை என்பவற்றிற்கான வேறுபாடும் தெளிவற்ற நிலையிலேயே உணரப்பட்டன. இன்று செய்யுள்-கவிதை-பாட்டு என்பவற்றைத் தெளிவாக வேறுபடுத்துகிறோம்.

'காரிகை கற்றுக் கவிபாடுவதைவிட பேரிகைகொட்டிப் பிழைப்பது மேல்' என்ற பழங்காலக் கூற்று யாப்பிலான செய்யுட்கள் அனைத்தும் கவிதையல்ல என்ற உணர்வை உண்டாக்கினாலும், *காரிகைகற்றுக் கவிபாடுதல்* என்றே இது சொல்கிறது. செய்யுள் இயற்றுதல் என்று சொல்லவில்லை. முற்காலத்தில் பெரும்பாலும் யாப்பு வடிவிலான எந்த நூலும் இலக்கியம் என்றே கருதப்பட்டது. காரணம், மருத்துவம், கட்டட நூல், சோதிடம் முதலிய எல்லா நூல்களும் செய்யுள் வடிவிலேயே எழுதப்பட்டு வந்தன. புலவன் என்றால் அறிஞன் என்றுதானே பொருள்?

முற்காலத்தில் ஒருவகையில் இலக்கியம் என்பது யாப்பு சார்ந்தது என்ற கண்ணோட்டம் இருந்துவந்ததென்றால், இன்று இலக்கியம் என்பது கற்பனைசார்ந்த எழுத்து என்று கொள்ளப்படுகிறது. இவ்வாறு பொருள் கொள்வது ஆங்கில மரபு. ஆங்கிலத்திற்கு இந்த மரபு, ஜெர்மானிய ரொமாண்டிக் சிந்தனையிலிருந்து வந்தது. அதற்குமுன் மேற்குநாட்டிலும் எல்லாவகை எழுத்துகளும் இலக்கியம் என்றே கருதப்பட்டன. இன்றும் scientific literature, medical literature என்றெல்லாம் சொல்லும் மரபு இருப்பதை கவனிக்கலாம். ஆயினும், இன்று இலக்கியம் என்பதைத் தனித்துறையாக நோக்கும் பார்வை உருவாகிவிட்டது. இதற்கு ஏறத்தாழ வயது இரண்டு நூற்றாண்டுகள்தான்.

இலக்கியம் அல்லாததும் இலக்கியமும்

ஒளியை இருள் அல்லாதது என்றும், நன்மையைத் தீமை அல்லாதது என்றும் சொல்கிறோம். இயற்கையோ செயற்கையோ இம்மாதிரி இருமை எதிர்வுகளால்தான் நாம் வகைப்படுத்துகிறோம். அது போலவே இலக்கியம் அல்லாதது எது என்று கண்டால், இலக்கியத்தையும் வரையறுக்க முடியாதா? இலக்கியம் அல்லாதது எது? இதனைக் காண மீண்டும் மொழிக்குள்தான் நாம் செல்லவேண்டும். ஐ.ஏ. ரிச்சட்ஸ் கவிதைமொழிக்கும் அறிவியல்மொழிக்கும் வேறுபாடு கண்டார். கவிதைமொழி என்பது இலக்கியமொழி. பிறசொல்லாடல்கள், அறிவியல் மொழியைப் பயன்படுத்துவன. ஆனால் கவிதைமொழி என்றால் என்ன? ரஷ்ய உருவவியலாளர்கள் அரை நூற்றாண்டுக்காலம் இந்தக் கேள்வியுடன் போராடினர். அவர்கள் கண்ட விடைக்குப் பின்னர் வருவோம். முன்பே கூறியவாறு, நடைமுறை மொழி என்பது ஒற்றைத் தன்மையானது, இலக்கியமொழி என்பது பன்முகத்தன்மை சாந்தது என்று சொல்லலாம். கவிதைமொழி தன்பால் வாசகரை ஈர்க்கிறது. அல்லது வாசகரைத் தன்பால் ஈர்க்கும் மொழியை உடையது கவிதை எனலாமா?

பிரதிகளை இலக்கியமாக நோக்குவது

நாம் சிலவற்றை இலக்கியமாக ஆக்கிக்கொள்கிறோம். சிலவற்றை இலக்கியமாகக் கருதுவதில்லை. கவிதை போன்றதொரு தோற்றமளிக்கும் பிரதியை எங்கே காண்கிறோம் என்பது முக்கியமானது. ஒரு கவிதை நூலில், அல்லது இலக்கியப் பத்திரிகையில் கண்டால் அதைக் கவிதை என்போம். விளம்பரப்பலகையில் கண்டால், அதைக் கவிதை என ஏற்கமாட்டோம். ஒரு பொழுதுபோக்குநூலில் கண்டால், அது ஒரு புதிராகவோ விடுகதையாகவோ கூடக் கருதப்படலாம். இலக்கியம் என்பது சில வகைப் பண்புகளை வேண்டுகின்ற ஒரு செயல்பாடு அல்லது பிரதி நிகழ்வு என்று நாம் கொள்கிறோம்.

- பிற பேச்சுச் செயல்பாடுகளிலிருந்து கவிதை விலகி நிற்கிறது.
- ஏதோ ஒரு குறிப்பிட்ட சூழலில் காண்பது ஒரு பிரதியை இலக்கியம் என்று வாசகர்களைக் கருதவைக்கிறது.

நடைமுறைப் பயன்சாராத கூற்றுகள், குறிப்பாகப் படிமம் போன்றவற்றைக் கொண்ட கூற்றுகள், இலக்கியமாகக் கருதப்பட அதிக வாய்ப்பு இருக்கிறது.

மனை திரும்பும் எருமைமேலே
எவ்விடம் திரும்பும் காக்கை? (ஞானக்கூத்தன்)

இந்த வாக்கியத்திற்கு வெளிப்படையான, நடைமுறை சார்ந்த முக்கியப் பண்பு எதுவும் இல்லை. அது எதிரெதிரான இருபடிமங்களைக் கொண்டிருக்கிறது, ஏதோ ஒரு தத்துவக்கூற்று போலத் தோற்றமளிக்கிறது. இதற்கு அப்பால் நடைமுறைத் தொடர்புகோள் இதில் இல்லை.

இப்படி இருப்பதன்றி வேறெதுவாகவும் இவ்வாக்கியம் இல்லை. மேலும் தத்துவக் கூற்றுபோல உள்ளதால் இது ஒருவகை கவனிப்பையும் சிந்தனையையும் வேண்டுகிறது.

மொழி புறச்சூழல்களிலிருந்து அகற்றப்படும்போது, நடைமுறைத் தொடர்புகொள்ளல் போன்ற பிறநோக்கங்களிலிருந்து பிரித்தெடுக்கப் படும்போது, அதை இலக்கியம் என்று கலைநயப்படுத்திக் காட்ட முடியும். அப்படி நயப்படுத்திக் காட்டலுக்கு ஈடுகொடுக்கும் வகையில் அக்கூற்றின் பண்பு அமையவேண்டும். எனவே ஒரு வகையில் இலக்கியத்தை நம்போன்ற வாசகர்கள் தான் உருவாக்குகிறோம்.

சூழல்கள், செயல்பாடுகள், நோக்கங்களிலிருந்து பிரிக்கப்பட்ட சொல்லாடல் என்றால் இன்மையே ஒரு சூழலாகிறது. அது சிறப்பான கவனத்தை ஈர்க்கிறது. அக்கூற்று தங்களை என்ன நோக்கில் அணுகு கிறது என்பதைப் பெரும்பாலும் கருதாமலே வாசகர்கள் அதன் நயங்களை உற்று நோக்குகிறார்கள். அதில் மறைந்திருக்கும் அர்த் தங்களைத் தேடுகிறார்கள்.

ஆனால் ஒன்று. எந்த ஒரு பிரதியையும் இலக்கியம் என்று கூறுவதா லேயே நம்மால் அதை இலக்கியமாக்கிவிட முடியாது. இயற்பியல் புத்தகத்தை எடுத்து அதை ஒரு நாவல் என்றோ இலக்கியம் என்றோ கூறிவிடஇயலாது. ஒரு தாளில் கவிதையைப் போல ஏதோ ஒன்றை அமைத்துவைத்தால் அதன் அடிகள் அதைக் கவிதையாக்கி விடும் என்று சொல்ல முடியாது. எண்பதுகளில் பேசப்பட்ட 'கம்ப்யூட்டர் கவிதை' தோற்றுப்போனது இதனால்தான்.

தேர்ந்தெடுக்கப்பட்டவையாக இலக்கியப் பிரதிகள்

இலக்கியப் படைப்புகள் ஒரு தேர்ந்தெடுப்புச் செயல்முறைக்கு உள்ளாகியிருக்கின்றன. மேலும் அவை வெளியிடப்படுகின்றன. மறுபதிப்புச் செய்யப்படுகின்றன. மதிப்புரை அளிக்கப்படுகின்றன. விமரிசனத்துக்குள்ளாகின்றன. இவற்றின்மூலம் கௌரவம் பெறுகின்றன. இது நமது காலத்தில்மட்டும் நிகழும் ஒன்றல்ல. காலங்காலமாக இப்படித் தேர்ந்தெடுக்கப்பட்ட படைப்புகள்தான் இலக்கியம் என்னும் தொகுதியாக (canon) உள்ளன.

எந்தக் காலமாயினும் ஒரு குறிப்பிட்ட கல்வி-விமரிசனச் சமூகம் எதை இலக்கியம் என்று கருதுகிறதோ அதுதான் இலக்கியம், அதாவது கலாச்சார நடுவர்கள் 'இலக்கியத்தைச் சேர்ந்தவை' என்று அங்கீகரிக்கும் பிரதிகளின் தொகுதிதான் இலக்கியம் என்று கருதப்படுகிறது. பழங்காலப் பாண்டி நாட்டிலிருந்த சங்கம் என்ற அமைப்பு இப்படிப்பட்ட கலாச்சார நடுவர்களின் குழுவேயாகும். அவர்கள் சங்கத்தில் அரங்கேற்றப்படுவதை இலக்கியம் - அல்லாதது என்று தீர்மானித்தார்கள். இன்று சங்க இலக்கியம் என்று நமக்குக் கிடைக்கும் பத்துப்பாட்டு - எட்டுத்தொகை ஆகிய நூல்களும், சங்ககாலத்திற்குச் சில நூற்றாண்டுகள் பின்னர் அவற்றைத் தொகுத்துவைத்த அரசர்கள் - புலவர்கள் ஆகியோரின் மதிப்பீடே. ஒவ்வொரு காலத்திலும் இப்படிப்பட்ட மதிப்புமிக்க கலாச்சார நடுவர்கள் இருப்பர். அவர்களது தேர்ந்தெடுப்புகள் இலக்கியமாகக் கேள்வியின்றி ஏற்றுக்கொள்ளப்படுகின்றன. இவர்களைச் சிலர் 'உள்வட்டம்' என்கிறார்கள். பெரும் பாலும் விமரிசனமின்றி முன்வைக்கப்பட்ட கருத்துகளே ஆயினும், நம்காலத்திலும் க.நா. சுப்பிரமணியத்தின் பட்டியல்களில் இடம் பெற்றவர்கள் சிறந்த எழுத்தாளர்களாகக் கருதப்பட்டனர் என்பதை அறிவோம். இவ்வாறே இன்று கல்விப்புலம் சார்ந்தவர்கள் பலவற்றைக் கவிதையாகக் கருதிப் பாடமாக வைக்கின்றனர். அப்போது அவற்றிற்கு இலக்கியம் என்ற கௌரவம் கிடைக்கிறது. இக்காலத்தில் ஊடகங்களும் கலாச்சார நடுவர்ப்பணி ஆற்றும் ஆற்றல் பெற்றுள்ளன. பெரும் பாலான ஜனரஞ்சக எழுத்துகளையும் திரைப்படப் பாடல்களையும் கவிதைகளாக்கியவை ஊடகங்கள்தான்.

ஆனால் இங்கும் ஒரு சிக்கல் எழுகிறது. ஒன்றை இலக்கியம் என்று கலாச்சார நடுவர்களை, கல்வி விமரிசனச் சமூகத்தினரைக் கருத வைப்பது எது என்பது அடிப்படைக் கேள்வி. அதற்கும் அப்பால், உள்வட்ட நோக்கினர்க்கும், ஜனரஞ்சக ஊடகத்தினருக்கும் எது இலக்கியம், எது கவிதை என்ற மோதல் வரும்போது எப்படித் தெளிவாக முடிவுசெய்வது? அமைப்பிய, பின்-அமைப்பியக் கொள்கை யாளர்கள் இக் கேள்விக்குச் செல்வதேயில்லை. நார்த்ராப் ஃப்ரை, அமைப்புவாதிகள் போன்றோர் 'அறிவியல்ரீதியாக இலக்கியத்தை அணுகவேண்டும், தரமதிப்பீடுதேவையில்லை' என்ற கொள்கை யுடையவர்கள். பின்-அமைப்புவாதிகள், ஜனரஞ்சகப் படைப்பு களையும் இலக்கியம் என்றே ஏற்கவேண்டும் என்ற கொள்கை உடையவர்கள். தரமதிப்பீடும், வேறுபடுத்தலும் நவீனத்துவக்கால விமரிசனம்வரைதான் தேவைப்பட்டது என்கிறார்கள் சிலர். இன்று நாம் நவீனத்துவக்கால விமரிசனத்திலேயே, நவவிமரிசனத்திலேயே

இலக்கியப் பண்புகள் ෴ 13

நின்றுவிட்டோமா, அல்லது அதற்குப்பின்னரான கருத்துகளை ஏற்கிறோமா என்பதைப் பொறுத்தது இது என்றாலும், ஒரு வேறுபடுத்தி நோக்கும் பார்வை தேவைப்படுகிறது என்பதை மறுப்பதற்கில்லை. தரமதிப்பீடு தேவையில்லை என்று கூறும் அமைப்புவாதிகளும், பின்-அமைப்புவாதிகளும்கூட Thirty days hath September, April June and November என்பதைக் கவிதைப்பிரதியாக ஏற்பார்களா என்பது சந்தேகத்திற்குரியதே.

நிறுவன அமைப்பின் அடையாளமாக இலக்கியம்

நம்முடைய வாசிப்பு முயற்சிகள் நல்ல பயன்களைத் தரும் என்று நாம் நம்புவதற்கான காரணத்தை அளிக்கும் ஒரு நிறுவன அமைப்பின் அடையாளக்குறிப்பு இலக்கியம் என்றும் கூறலாம். முன்னரே, இலக்கியம் வாழ்க்கைக்கு மையமானதாக எல்லாக்காலங்களிலும் கருதப்பட்டுள்ளது, ஓர் உயர்வகையான பொழுதுபோக்காகவும் காணப்பட்டுள்ளது என்றோம்.

இவற்றில், கவிதையை வாசிப்பது வாழ்க்கையை மேம்படுத்தக் கூடியது என்ற நோக்கம் உள்ளடங்கியிருப்பதைக் காண்கிறோம். முற்காலத்தில் சங்கம் போன்ற அமைப்புகளும், சமயங்களைச் சார்ந்த மடங்கள் போன்ற அமைப்புகளும் இலக்கிய நிறுவனங்களாகச் செயல்பட்டன. அதனால்தான் சைவசாத்திரங்களைக்கூட இலக்கியமாக, கவிதையாக எண்ணும்போக்கு நிலைபெற்று, இலக்கியவரலாற்று நூல்களில் அவை இலக்கியமாகவே சேர்க்கப்படுவதைக் காண்கிறோம்.

கவிதையின் (இலக்கியத்தின்) இயல்புகள்

இலக்கியப் பிரதியின் இயல்புகளாக ஜானதன் கல்லர் போன்ற இக்காலக் கொள்கையாளர்கள் சில கூறுகளை எடுத்துரைத்துள்ளனர். கவிதை இலக்கியப் பிரதிகளிலேயே பழமையானது என்பதால் இலக்கியத்திற்கான பொது இயல்புகள் அனைத்தும் கவிதைக்கும் பொருந்தக்கூடியவையே. அவற்றைக் காணபோம்.

1. மொழியை முன்னணிப்படுத்தல்

இலக்கியத்தில், கவிதையில், கவனத்தை ஈர்க்கும் விதமாக ஒழுங்கு படுத்தப்பட்ட ஒரு மொழியோடு நாம் உறவாடுகிறோம். *மொழிக் கூறுகளை அழகியல் நோக்கில் வேண்டுமென்றே மாற்றுவதை முன்னணிப் படுத்தல் (foregrounding) என்ற சொல் குறிக்கும்.* இச்சொல்லை நடைமுறைக்குக் கொண்டு வந்தவர்கள் ரஷ்ய உருவவியலாளர்கள். இவர்களது கொள்கையைச் சற்றே விரிவாகப் பின்னர்க் காணலாம்.

[ஆனால் முன்னணிப்படுத்தல் இலக்கியத்துக்கு மட்டுமே உரியது அல்ல. சாதாரண உரையாடலில் சிலேடையைப் பயன்படுத்துவதுகூட முன்னணிப் படுத்தலே ஆகும். முன்பே கூறியது போல, நடைமுறை மொழியிலும் இலக்கியக்கூறுகளும் அணிகளும் ஏராளமாகக் காணப்படுவதனை இக்கால ஆய்வாளர்கள் சுட்டிக்காட்டியுள்ளனர். எனவே முன்னணிப்படுத்தலும் இயல்பான, நடைமுறை மொழியிலேயே நிகழ்வதுதான். மேலும் எல்லா இலக்கியமும் மொழியை முன்னணிப்படுத்த நினைப்பதில்லை. முன்னணிப் படுத்தப்பட்ட எல்லா மொழியும் இலக்கியமாக இருக்கவேண்டுமென்ற தேவையும் இல்லை.]

முன்னணிப்படுத்தலோடு வடிவவார்ப்பு அல்லது வடிவப்பாணி (பேட்டர்ன்) என்பதும் இலக்கியத்திலும் கவிதையிலும் முனைந்து அமைக்கப்படுவதுதான். ஆனால் இலக்கியம் என்று அடையாளம் காணப்பட்டாலொழிய பெரும்பாலான நிகழ்வுகளில் மொழியியல் வடிவவார்ப்பை வாசகர்கள் காண்பதில்லை என்பது இதிலுள்ள சிக்கல்.

[எனவே இலக்கியத்தை வரையறுப்பதற்கான தனித்தகூறுகளாக முன்னணிப்படுத்தல், வடிவ வார்ப்பு ஆகியவை உதவமாட்டா என்பது கருத்து.]

2. இலக்கியப் பகுதிகளின் ஒருங்கிணைப்பு

பழங்காலத்திலிருந்தே உயிரிக்கொள்கை (organinc theory) என்பது இருந்துவந்துள்ளது. இலக்கியமும் அமைப்பில் ஓர் உயிரிபோன்றதே என்பது இக்கொள்கையின் அடிப்படை. எப்படி ஓர் உயிரிக்குப் (பிராணிக்குப்) பல அங்கங்கள் உள்ளனவோ, அவை ஒருங்கிணைந்து செயலாற்றுகின்றனவோ, அதுபோல இலக்கியத்திற்கும் பல அங்கங்கள் உள்ளன, அவை இலக்கியத்தன்மையை உருவாக்குவதில் ஒருங் கிணைந்து செயல்படுகின்றன என்பது இக்கொள்கையின் அடிப்படை. எந்த ஓர் உயிரியிலும் எல்லா உறுப்புகளும் ஒருங்கிணைந்தே செயல் படுகின்றன. ஓர் உறுப்பிற்கு மாறாக இன்னொன்று இயங்குவதில்லை. அதுபோலவே இலக்கியத்தின் உறுப்புகளும் செயல்படுகின்றன.

ஓர் உயிரியின் முழுமை என்பது அதன் உறுப்புகளின் ஒருங் கிணைப்பினும் மேலானது. அதாவது பகுதிகள் சேர்ந்து தங்களுக்கும் மேலானதோர் முழுமையை உருவாக்குகின்றன என்ற அடிப்படையும் இதில் உள்ளது. இலக்கிய இயக்கங்கள் உயிரிக் கொள்கையின் அடிப்படையில் உருவானவை. உயிருள்ளதுதான் இயங்கும், மாறும். இலக்கியம் காலப்போக்கில் வளரக்கூடியது, மாறக்கூடியது, இயங்குவது, அழியக்கூடியது என்றால் அதுவும் ஓர் உயிரியின் பண்புகளைக்

கொண்டதுதானே? இலக்கியம் என்பது பிரதியின் பல்வேறு கூறுகளையும் பகுதிகளையும் சிக்கலானதோர் உறவுநிலைக்குக் கொண்டுவந்து ஒழுங்குபடுத்தும் ஒன்றாகும். இக்கூறுகள் பல்வேறுபட்ட மொழித் தளங்களுக்கு ஊடே செயல்படுகின்றன.

பழங்கால இந்திய மரபிலும் இலக்கியக்கூறுகளின் பொருத்தப்பாடு பற்றி யோசித்திருக்கின்றனர். க்ஷேமேந்திரர் இதை ஔசித்தியக் கொள்கை என்றார். அவர் ஔசித்திய விசார சர்ச்சை என்ற தமது நூலில், இருபத்தேழு வகைப் பொருத்தப்பாடுகளைப் பற்றிப் பேசியிருக்கிறார். அவற்றில் பல இன்றைக்குப் பொருந்தாதாயினும் பொதுவாக அவரது கோட்பாடு மிக முக்கியமானது. கவிதையின் உறுப்பு ஒவ்வொன்றும் மற்றொன்றுடன் மிகஇயல்பாக, அழகாகப் பொருந்தி வரவேண்டும்.

மேற்கத்தியக் கவிதையியலிலும் இதனைக் கால ஒருமை, இட ஒருமை, செயல் ஒருமை என்ற தலைப்புகளில் பேசியுள்ளனர். இட ஒருமையை விட முக்கியமானது காலஒருமை. காலஒருமையைவிட முக்கியமானது செயல்ஒருமை. அதுதான் முதன்மையாகக் கவிதையின் பல கூறுகளையும் இணைப்பது. பிற விதமான பொருத்தப்பாடுகளும் பேசப்படுகின்றன. உதாரணமாக, மிகையுணர்ச்சி (செண்டிமெண்டாலிட்டி) கூடாது என்பது கவிதைக்கும் பிற இலக்கிய வகைகளுக்கும் பொருந்தக் கூடிய ஒன்று. புனைகதையாயின் மெலோட்ராமா, ஆண்டிக்ளைமாக்ஸ் முதலியன பொருத்தப்பாட்டினைக் கெடுப்பவை. இம்மாதிரி மேற்கத்தியக் கவிதையியலில் பொருத்தப்பாடு (புரொப்ரைட்டி), ஒருங்கமைவு அல்லது ஒருமை(யூனிடி) முதலியன பல இடங்களில் பலவிதங்களில் பேசப்படுகின்றன.

3. புனைவியல்பு

கவிதையில் கற்பனையின் இன்றியமையாமையை மிதமிஞ்சி வலியுறுத்தியவர்கள் ரொமாண்டிக் கொள்கையாளர்கள். செவ்வியல் காலத்திலிருந்தே கவிதையில் கற்பனையின் இடம்பற்றி விவாதிக்கப் பட்டுள்ளது. அரிஸ்டாடில் கவிதையை வேறொன்றின் போலி செய்தலாக (மைமஸிஸ், இமிடேஷன்) நோக்கியதால் அவ்வளவாக இது அவரால் வலியுறுத்தப்படவில்லை.

கவிதையின் கூற்றுகள் உலகத்தோடு தனித்த ஓர் உறவைக் கொண்டுள்ளன. இந்த உறவைநாம் புனைவு ரீதியானது என்கிறோம். இலக்கியப்படைப்பு என்பது ஒரு புனைவுலகத்தை வெளிப்படுத்திக் காட்டும் மொழி நிகழ்வாகும். அப்புனைவுலகு, பேசுபவன், கேட்பவன்,

கவிதைப் பாத்திரங்கள், நிகழ்வுகள் இவற்றோடு வாசிப்போர்/ கேட்போர் குழு ஆகியோரையும் உள்ளடக்கியுள்ளது. கேட்போர்/ வாசகர் குழுவுக்குப் படைப்பின் தீர்மானங்கள் (படைப்பு விளை யாட்டின் விதிகள்) பற்றித் தெரியும். இலக்கியத்தின் புனைவுத்தன்மை, மொழியை, அது பயன்படக்கூடிய (தொடர்புகொள்ளல் போன்ற) பிற சூழல்களிலிருந்து பிரிக்கிறது. பிறகு அது உலகத்தோடு படைப்புக்கு உள்ள உறவைப் பற்றிய ஆய்வுக்குத் தன்னை உட்படுத்துகிறது.

4. அழகியல் தன்மை

மேற்கூறிய முன்னணிப்படுத்தல், இலக்கியக்கூறுகளின் முழுமையாக்கம், புனைவு மூன்றையுமே மொழியின் அழகியல் செயல்பாடு என்பர். அழகியலைத் தத்துவவாதிகள் காலங்காலமாக ஆராய்ந்துள்ளனர். உலகியலுக்கும் ஆன்மிகத்துக்கும் உள்ள இடைவெளியையும், இயற்கை ஆற்றல்களுக்கும், அவற்றின் பரிமாணங்களின் உலகுக்கும் உள்ள இடைவெளியையும் இட்டுநிரப்பும் முயற்சிக்கான பெயரே அழகியல் என்கிறார் இம்மானுவேல் காண்ட். பிற நடைமுறை மொழிநிகழ்வுகள் போலன்றி, இலக்கியப் படைப்புகள் உருவமும் உள்ளடக்கமும் தமக்குள் கொண்டுள்ள பரஸ்பர உறவைப் பரிசீலிக்கும் செயலில் வாசகர்களை ஈடுபடுத்துகின்றன.

அழகியல் நிகழ்வுகளுக்குச் செயல்நோக்கம் அற்ற ஒரு செயல் நோக்கத்தன்மை உள்ளது. அவற்றின் பகுதிகள் ஓர் இலக்கை நோக்கி ஒன்றிணைந்து செயல்படுமாறு அவை உருவாக்கப்படுகின்றன. அந்த இலக்கு என்பது ஒரு படைப்பினால் விளையும் இன்பமே ஆகும். வேறெந்தப் புறவியல் செயல்நோக்கமும் அல்ல என்பர் அழகியலாளர். மேலும், இலக்கியம் என்று ஒரு பிரதியைக் கருதும்போது, அது ஒரு முழுமை என்ற எண்ணப்பதிவு நமக்கு ஏற்படுகிறது. அப்பதிவு ஏற்பட அதன் பகுதிகளின் பங்களிப்பு என்ன என்ற கேள்வியைத் தூண்டுவதாக அழகியல் அமைகிறது.

5. சுயநோக்குத் தன்மையும் (Self-reflexivity) **பரஸ்பரப் பிரதியுறவும்** (Intertextuality)

இலக்கியப் படைப்புகள் பிறபடைப்புகளிலிருந்து உருவாக்கப்படு கின்றன என்பது இக்காலத்தியப் படைப்புக்கொள்கை. பழங்காலத்தில் ஒரு ஞானத்தெளிவு பெற்ற முனைவன் தானாகவே உருவாக்கியது முதல்நூல் (இலக்கியம் உட்பட) என்றும் அதனைப் பிறர் பின்பற்றி வழிநூல் அமைக்கலாமே தவிர, விமரிசனத்துக்கு உட்படுத்தலாகாது என்றும் கருதப்பட்டது.

ஆனால் இன்றைய நோக்கில், ஒரு படைப்பு பல்வேறு பிற படைப்புகளால் சூழப்பட்டுள்ளது, அவற்றுடன் அதற்குள்ள உறவுகளின் வாயிலாகவே இருத்தல் கொள்கிறது. ஒன்றை இலக்கியமாக வாசிக்க இவ்வுறவுகள் உதவுகின்றன. எனவே இலக்கியம் என்பதே பிற சொல்லாடல்களோடு கொண்டுள்ள உறவின்மூலம் அர்த்தத்தைக்கொள்ளும் ஒரு மொழியியல் நிகழ்வு என்று கருதலாம். தனக்கு முந்திய கவிதைகளால் உருவாக்கப்பட்ட சாத்தியங்களைப் பயனுடையவை ஆக்கிக் கொள்ளும் ஒன்று கவிதை. அதேசமயம் அப்படைப்புகளை ஏதோ ஒருவிதத்தில் மறுக்கவும் செய்கிறது. அதாவது, இந்தப் படைப்பைச் சாத்தியமாக்கிய மரபை அது மறுக்கவும் செய்கிறது, அதேசமயம் அந்த மரபுடன் அதற்குள்ள உறவால்தான் அதற்கு அர்த்தம் கிடைக்கிறது.

இதற்கு எளிய உதாரணமாகக் கம்பராமாயணத்தைக் கூறலாம். அது முன் படைப்புகளிலிருந்து உருவாகியது, முன்மரபுகளை ஏற்றுக் கொண்ட ஒன்று என்பது நமக்குத் தெரியும். அதேசமயம், அம்மரபை அது அப்படியே திருப்பிச் சொன்னால் அது இலக்கியப் படைப்பாகத் தனித்துவம் பெறமுடியாது. எனவே பல கூறுகளைத் தனக்கேற்ப மாற்றிக் கொண்டுள்ளது.

பெரும் காப்பியங்களுக்கு மட்டுமல்ல, தனித்த கவிதைகளுக்கும் இக்கூற்று பொருந்தும். ஒரு கவிதையை இலக்கியமாக வாசிப்பது என்பதே அதைப் பிற கவிதைகளோடு தொடர்புபடுத்தி நோக்குவதாகத் தான் இருக்கிறது. அது அர்த்தத்தை நிகழ்விக்கும் விதத்தைப் பிற கவிதைகள் அர்த்தத்தை நிகழ்விக்கும் விதங்களோடு ஒப்பிட்டுப் பார்ப்பதும் வேறுபடுத்துவதுமாகிறது. அதனால் ஒரு கவிதையை வாசிப்பது என்பது கவிதையைப்பற்றி வாசிப்பதுதான் என்றாகிறது.

ஒரு தளத்தில், கவிதைகள் கவிதைகளைப் பற்றியவைதான். நாவல்கள் நாவல்களைப் பற்றியவைதான். அவை அனுபவத்திற்கு உருவமும் அர்த்தமும் கொடுப்பதிலும் அவற்றைக் குறியீடுகளாகச் சுட்டிக்காட்டுவதிலும் உள்ள பிரச்சினைகளையும் சாத்தியங்களையும் பற்றியவையாக உள்ளன. அதாவது எந்த ஒரு நல்ல கவிதையும் கவிதையை எப்படி வாசிப்பது என்ற தன்மையை உள்ளடக்கியுள்ளது. எனவே அது தன்னைப் பற்றியதாகவே அமைகிறது. இவ்வாறே பிற இலக்கியப் படைப்புகளும் இயங்குகின்றன. இதைத்தான் சுயநோக்கு என்கிறோம்.

இலக்கியம் என்பது ஆசிரியர்கள் அதன் தொகுதியை முன்னெடுத்துச் செல்லவோ புதுப்பிக்கவோ முயற்சி செய்யும் ஒரு செயல்முறை. இதன் காரணமாக இலக்கியம் எப்போதும் தன்னைப்பற்றிய மறைமுகமான சிந்தனையாகவே உள்ளது.

[கவிதைகளைப்போலவே விளம்பரமொழியும் தன் அர்த்தத்துக்குப் பிறவற்றைச் சார்ந்தது என்பதையும் தற்சுட்டுத்தன்மை உடையது என்பதை யும் எளிதில் காணமுடியும். இறுதியாக பரஸ்பரப் பிரதியுறவையும், தற்சுட்டுத் தன்மையையும் இலக்கியத்தை வரையறுக்கும் கூறுகளாகக் கொள்ளமுடியாது.]

இலக்கியம், கவிதை என்பதைத் தீர்மானிப்பதில் மேற்கண்ட பண்புகளில் எதுவுமே நிர்ணயத்துவம் வாய்ந்ததாக, போதுமானதாக இல்லை. மொழி என்பது நாம் திணிக்கும் கட்டுமானச் சட்டகங்களை ஏற்க மறுக்கிறது. எனவே இலக்கியம், கவிதை என்பனவற்றைத் தீர்மானிக்க உலகியல் சார்ந்த, அனுபவம் போன்ற பிற காரணிகளை நோக்க இலக்கியவாதிகள் முயன்றுள்ளனர்.

இலக்கிய வகைகள்

இலக்கியம் அணிகளைச் சார்ந்துள்ளது. அதுமட்டுமல்லாமல், அது அவற்றைவிடவும் பரந்த அமைப்புகளை, குறிப்பாக இலக்கிய வகை களைச் சார்ந்தும் உள்ளது. இலக்கியவகைகள் என்றால் என்ன? இலக்கிய அனுபவத்தில் அவற்றின் பங்கு என்ன? காவியம், நாவல் போன்ற கலைச்சொற்கள் கண்ணுக்குத் தெரிகின்ற தோற்ற ஒற்றுமை களை அடிப்படையாகக் கொண்டு படைப்புகளை வகைப்படுத்தும் சௌகரியமான வழிகளா? அல்லது அவை வாசகர்களுக்கும் எழுத்தாளர் களுக்கும் சில செயல்பாடுகளை வழங்குகின்றனவா?

வாசக நோக்கில் இலக்கிய வகைகள் என்பவை இலக்கிய மரபுகள், வாசக எதிர்பார்ப்புகள் ஆகியவற்றின் தொகுப்புகளே ஆகும். நாம் ஒரு துப்பறியும் கதையை அல்லது காதல் சாகசக் கதையைப் படிக்கிறோமா, ஒரு தன்னுணர்ச்சிக்கவிதை அல்லது ஒரு துன்பவியல் நாடகத்தைப் படிக்கிறோமா என்பது நமக்குத் தெரிந்திருக்கும்போது, பலவேறு பட்ட விஷயங்களை அவற்றில் எதிர்பார்த்துத் தேடுகிறோம். அவற்றில் எவை முக்கியம் என்று யூகம் செய்கிறோம். ஒரு துப்பறியும் கதையைப் படிக்கும்போது தடயங்களை எதிர்பார்க்கிறோம். ஒரு தன்னுணர்ச்சிக் கவிதையில் அப்படிச் செய்வதில்லை.

கவிதையில் யார் பேசுகிறார்கள் என்பதைப் பொறுத்து (நோக்கு நிலை அடிப்படையில்) கவிதைப்படைப்புகளை அரிஸ்டாடில் மூன்று வகைகளாகப் பிரித்தார். பின்னர் பெரும்பாலான ஐரோப்பிய இலக்கியக்கொள்கையாளர்கள் இந்த முறையையே பின்பற்றினார்கள்.

- கவிதையைப் பேசுபவன் தன்மையில் பேசினால் தன்னுணர்ச்சிக் கவிதை.

- கவிதையைச் சொல்பவன் தன் குரலிலும்பேசி, கதைமாந்தரை அவர்களுடைய குரலிலும் பேசஅனுமதித்தால் அது காவியம்.
- கதைமாந்தர்மட்டுமே பேசினால் அது நாடகம்.

மேற்கண்ட வேறுபாட்டை இன்னொரு வழியிலும் (பேசுபவனுக்கும் கேட்பவர்களுக்கும் உள்ள உறவைவைத்தும்) காணலாம்.

- காவியத்தில் நேரடியாகப் பேசுதல் நிகழ்கிறது. கேட்பவர்களைக் கவிஞன் நேரடியாக எதிர் கொள்கிறான்.
- நாடகத்தில் ஆசிரியன் இரசிகர்களிடமிருந்து மறைந்துவிடுகிறான். இங்கு மேடையிலுள்ள பாத்திரங்கள் பேசுகின்றனர்.
- தன்னுணர்ச்சிப்பாடல் இவற்றில் வேறுபட்டது. கவிஞன் தன் கூற்றை நிகழ்த்தும் போது கேட்பவர்களுக்குத் தன் முதுகைக் காட்டி நிற்கிறான். தனக்குத் தானே பேசிக்கொள்கிறான். அல்லது இயற்கை, கலை அணங்கு, அந்தரங்கநண்பன், காதலி, மனத் தோற்றம், இயற்கைப் பொருள் போன்ற வேறு யாரோ ஒருவருடன் அல்லது ஏதோ ஒன்றுடன் பேசிக்கொண்டிருப்பதாகப் பாசாங்கு செய்கிறான்.

மேற்கில், பழங்காலத்திலும் மறுமலர்ச்சிக்காலத்திலும் இலக்கியத்தின் பெருஞ் சாதனைகளாகக் காவியங்களும் துன்பவியல் நாடகங்களும் அமைந்திருந்தன. கவிஞன் எட்டவேண்டிய மிக உயர்ந்தசிகரங் களாகவும் அவை அமைந்தன. பதினெட்டாம் நூற்றாண்டின் பிற்பகுதி யிலிருந்து தன்னுணர்ச்சிக்கவிதை இலக்கியத்தின் முக்கியக் கூறாயிற்று. மேன்மையான வெளிப்பாட்டுக்கான சாதனமாகவும், கலாச்சாரத்தின் நேர்த்தியான படைப்பாகவும் அது அமைந்தது. ஏனெனில் அது ஒரே சமயத்தில் அன்றாட வாழ்க்கையையும் அனுபவங்கடந்த மதிப்புகளை யும் ஒருங்கிணைத்தது; தனிமனித சுயத்தின் உள்ளுணர்ச்சியை வெளிப் படுத்தும் பருமையான சக்திவாய்ந்த சாதனமாக நோக்கப்பட்டது.

தன்னுணர்ச்சிக்கவிதையைக் கவிஞனின் உணர்ச்சி வெளிப்பாடு என்ற முறையில் தற்காலக் கொள்கையாளர்கள் பாராட்டுவதில்லை. கற்பனைவளம் கொண்ட மொழிச் செயல்முறை என்ற வகையில் அதன்மீது கவனத்தைக் குவிக்கின்றனர்.

கவிதை வாழ்க்கையைப் பற்றியது. கலாச்சாரத்தைக் கட்டமைப்ப தாகவோ அன்றித் தகர்ப்பதாகவோ-கவிதை எவ்வாறிருப்பினும், வாழ்க்கையைப் பற்றிய பார்வையிலிருந்து அதைப்பிரித்து, மனிதமையப் பார்வையை விலக்கி, வெறும் பிரதி என்று அதை நோக்கமுடியாது.

3

கவிதையின் முக்கியத்துவம்

எல்லா நாகரிகங்களிலும், கவிதை வாழ்க்கை முழு மலர்ச்சியடையத் தேவையான ஒன்றாகக் கருதப்பட்டு வந்துள்ளது. அதனைப் பெற்றால் சிறப்படைந்ததாகவும், அடையாவிட்டால் உளவியல் தளத்தில் வறுமையடைந்ததாகவும் மக்கள் கருதியுள்ளனர்.

நமது இலக்கிய மரபில் 'அறம் பொருள் இன்பம் அடைதல் நூற்பயனே' என்று சொல்லியிருக்கிறார்கள். இலக்கியம் என்பது மனித நன்மைக்கு, மனிதனைப் பண்படுத்த உதவுவது என்று கருதப்பட்டு வந்துள்ளது. கவிதை நீதிபோதிப்பது என்ற கருத்து சீனமரபிலும் உண்டு. மேற்கு நாட்டு மரபிலும் வாழ்க்கையின் தத்துவங்களை ஆராய்வது இலக்கியம் என்றும் வாழ்க்கையைப் பிரதிபலிப்பது இலக்கியம் என்றும் கொள்கைகள் உண்டு.

முன் இயலில் கண்ட மொழி-இலக்கியம் சார்ந்த தனித்துவப் பண்புகள் இலக்கியத்தை வரையறுக்கப் போதவில்லை என்பதனால் மட்டுமல்ல, காலங்காலமாக மனித வாழ்க்கையோடு இணைத்தே இலக்கியம், கவிதை என்பதை வரையறுக்கத் தத்துவவாதிகள் முயன்றுள்ளனர். சான்றாக, பிளேட்டோ, இலக்கியம் தனது மிதமிஞ்சிய உணர்ச்சிப் பெருக்கினாலும் மென்மைப்படுத்தும் தன்மையாலும், மக்களைக் கெடுத்துவிடும் என்று அஞ்சினார். மேலும் இலக்கியம், அதிகாரத்தையும் சமூக ஏற்பாடுகளையும் கேள்விக்குள்ளாக்குவதை ஊக்குவிக்கிறது, எனவே கவிஞர்களை நாடுகடத்த வேண்டும் என்றார். ஆனால் அவருடைய மாணவர் அரிஸ்டாடில், இலக்கியம் மனிதனைத் தூய்மை செய்யும் தன்மை வாய்ந்தது என்றார்.

இருபதாம் நூற்றாண்டின் முதற்பாதிவரை பேசப்பட்ட இலக்கியக் கொள்கைகள் இலக்கியம் சாராத, உலகியல் சார்ந்த புலன் நிகழ்வுகளில் இலக்கியத்தன்மையைக் கண்டுபிடித்தன. அப்படிப்பட்ட உலகியல் சார்ந்த இலக்கியக் கூறுகளில் இலக்கியம் தரக்கூடிய தனி அனுபவமும் உணர்ச்சியும் பிரதான இடம்பெறுகின்றன.

அ. அனுபவமும் இலக்கியமும்

மனிதமையவாதக் கொள்கையின்படி (தமிழில் இக்கொள்கை மனித நேயம் என்று தவறாகக் கூறப்பட்டுவந்துள்ளது) அனுபவம் என்ற களம்தான் கவிதையின் அக்கறை. நம் எல்லோருக்குமே இன்னும் அதிக விழிப்புணர்வோடு, இன்னும் ஆழமாக, முழுமையாக வாழவேண்டும் என்ற எண்ணம் இருக்கிறது. மற்றவர்களின் அனுபவங்களை அறிந்து கொள்வதற்கும், நமது சொந்த அனுபவங்களையே இன்னும் நன்றாக அறிந்துகொள்வதற்கும் ஆர்வம் இருக்கிறது. கவிஞன், தான் உணர்ந்த, நோக்கிய அல்லது கற்பனைசெய்த அனுபவக் களஞ்சியத்திலிருந்து சிலவற்றைத் தேர்ந்தெடுத்து, ஒருமைப்படுத்தி, அவற்றை மறுகட்ட மைப்புக்கு உள்ளாக்குகிறான். வாசகனுக்குக் குறிப்பிடத்தக்க முக்கியமான புதிய அனுபவங்களை அளிக்க முனைகிறான். முக்கியமானவை என்று சொல்வதற்குக் காரணம், அந்த அனுபவங்கள் குவியப்படுத்தப் படுகின்றன, வடிவமைப்புக்கு உள்ளாகின்றன. அதில் வாசகன் பங்கேற்றுத் தனது வாழ்க்கை அனுபவங்களை நன்கு புரிந்துகொள்ள முடியும்.

எனவே இக்கொள்கையின்படி நமது அனுபவங்களின் வீச்சின் பரப்பையும் ஆழத்தையும் அதிகரித்துக்கொள்ளும் கருவியாகவும், அவற்றைத் தெளிவுபடுத்திக் கொள்ளும் ஆடியாகவும் கவிதை விளங்கு கிறது. இதுதான் மொழியின் இலக்கியப் பயன்பாடு.

மொழியின் முதற்பயன்பாடு தொடர்பு கொள்வது; இரண்டாவது பயன்பாடு இலக்கியம்; அதன் மூன்றாவது பயன்பாடு பிறரைச் செயற்படத் தூண்டுகின்ற கருவியாகப் பயன்படுவது. விளம்பரங்கள், பிரச்சாரக் கடிதங்கள், அரசியல் மேடைப் பேச்சுகள், சமயப் பொழிவுகள் ஆகிய யாவற்றிலும் நாம் இந்த மூன்றாவது பயனைத்தான் காண்கிறோம். மொழியின் இந்த மூன்று பயன்களும்-தொடர்புகொள்ளல், இலக்கியம், செயலுக்குத் தூண்டுதல்-மிகத் துல்லியமாக வரையறுக்கப்பட்டவை அல்ல. ஒரு முக்கோணத்தின் மூன்று முனைகளாக இவற்றைக் கருத இயலும். பெரும்பாலான எழுத்துப்பிரதிகள் முக்கோணத்திற்குள் ஏதோ ஓரிடத்தில் அமைகின்றன. பெரும்பான்மைக் கவிதையும்கூட ஏதோ ஒருவகை நடைமுறையறிவையும் அளிக்கிறது; சில கவிதைகள் வாசகர் மீது தாக்கத்தை ஏற்படுத்தித் தூண்டுவதாகவும் அமைகின்றன. ஆனால் தன் அனுபவத்தை உணர்த்த முற்படும்போதுதான் மொழி கவிதையாகிறது.

ஆ. உலகளாவிய தன்மை

இலக்கியம் என்பது ஒரு குறிப்பிட்ட மொழியில் இயற்றப்படுவதால்,

அந்தக் குறிப்பிட்ட மொழியை வாசிக்க இயலும் எல்லோரையும் பார்த்துப் பேசுவதாகிறது. எனவே அதற்குத் தானாகவே ஒரு தேசியத் தன்மை கிடைத்துவிடுகிறது. தமிழில் தேசிய இலக்கியம் என்று சிலப்பதிகாரமும், பெரியபுராணமும் நோக்கப்பட்டுள்ளன. ஆனால் ஒருமொழியின் எல்லா இலக்கியங்களுமே தேசிய இலக்கியங்கள்தான். ஏனென்றால் அவை தம் தேச எல்லைக்கப்பால் செல்ல முடிவதில்லை (மொழிபெயர்ப்பு முழுமையாக தேசத்தன்மையை, வட்டாரத் தன்மையைக் கொண்டு செல்ல முடிவதில்லை).

குறுகிய தேசத்தன்மை கொண்டதாக இருந்தாலும் இலக்கியத்திற்கு ஒரு உலகளாவிய பண்பு உள்ளது. அதனால்தான் தாகூர், கவிஞனின் கால்கள் மண்ணில் நடமாடினாலும், அவன் உள்ளம் வானில் பறக்க வேண்டும் என்றார். இதனைத் தமிழ்ப் பழங்கவிஞர்கள் இரண்டாயிரம் ஆண்டுகட்குமுன்னரே மிகநன்றாக உணர்ந்திருந்தனர். அதனால் தங்கள் கவிதைகளை 'உலகு' என்ற சொல்லிலேயே பெரும்பாலும் தொடங்கினார்கள். 'சுட்டி ஒருவர் பெயர்கொளப் பெறார்' போன்ற விதிகளும் உலகப் பொதுமை நோக்கி வலியுறுத்தப்படும் விதிகளே.

எவ்வளவுக்கு இலக்கியத்தின் உலகளாவிய தன்மை வலியுறுத்தலா கிறதோ அந்த அளவுக்கு அதற்கு ஒரு குறுகிய (தேசிய, வட்டாரச்) செயல்பாடும் இருக்கிறது. இதனைச் சிலப்பதிகாரத்தில் மிக நன்றாகக் காணலாம். மானிடப் பண்பாடு தேசம் சார்ந்ததாகவும், மானிட இயல்புகள் உலகளாவியதாகவும் காணப்படும் ஈரடிநிலை தான் இதற்குக் காரணம் எனலாம்.

இ. பண்படுத்தும் தன்மை

இலக்கியம் மனிதனைப் பண்படுத்த உதவுவது என்ற கோட்பாடு பழங்கால முதலே உண்டு. இந்தியாவின், தமிழகத்தின் பிரதானமான கோட்பாடும் இதுதான். அறவியல் பிரச்சினைகளில் வாசகனை ஈடுபடுத்துவதன் வாயிலாக, அவனது தற்சார்பற்ற தன்மையை உயர்த்தி முன்னேற்றுகிறது. பிரச்சினைகளைப் பொதுநிலையில் எடை போட வைக்கிறது.

ஆனால் நேரடியான நீதிபோதனை இலக்கியமாவதில்லை. தமிழிலும் கூட அற நூல்கள் பலவற்றை இலக்கியமாக ஏற்பதில் சிக்கல் உள்ளது. நேரடியாக ஒன்று இன்னாதது, இன்னொன்று இனியது என்று சொல்வது இலக்கியமாக முடியாது. அதற்கேற்ற அனுபவங்களை உருவாக்கித் தந்து, அவற்றில் ஈடுபடவைத்து, அறிதலையும் மதிப்பிடுதலையும் சரியான விதத்தில் இணைக்கும் ஒரு கற்பனைச் செயல்பாட்டின்

சுதந்திரமான, சார்பற்ற செயல்முறை மூலம் நாம் கட்டுப்பாடற்ற மனிதர்களாக உதவுகிறது இலக்கியம்.

மேலும், வெவ்வேறான பண்பாட்டுச் சூழ்நிலைகளிலுள்ள மனிதர்களோடு ஒன்றுபட வைப்பதன் வாயிலாக மனிதநேய உணர்வை மேலெடுத்துச் செல்கிறது.

ஈ. அரசியல் தன்மை

இலக்கியம் என்ன செய்கிறது, ஒரு சமூகப் பழக்கம் என்ற அளவில் எவ்வாறு செயல்படுகிறது என்பதை ஆராயும்போது முரண்பாடுகளை அகற்ற இயலாத, மிகக் கடினமான வாதங்களை எதிர்கொள்கிறோம். காரணம், இலக்கியத்துக்கு வழங்கப்பட்டுள்ள செயல்பாடுகள் ஒன்றுக் கொன்று நேர் எதிரானவை. இலக்கியம் மனிதநேயத்திற்கான கருவி என்ற மென்மையான நோக்கு முதல் அது அரசியல் போராட்டத்துக் கான, கருத்தியலுக்கான கருவி என்ற தீவிரமான நோக்கு வரை பல்வேறு சாத்தியப்பாடுகள் உள்ளன.

இலக்கியத்தில் மட்டுமல்ல, மனிதனின் எல்லாக் கலாச்சாரச் செயல் பாடுகளிலுமே கருத்தியல் அடங்கியுள்ளது. எனவே ஒருசார்புத் தன்மை யும் உள்ளது. அந்தச் சார்புத்தன்மையை வெளிப்படுத்தும்போது அது அரசியலாகிறது.

எக்காலத்திலுமே இருப்பதை (status quo) அவ்வாறே ஏற்றுக் கொள்ள வைக்கின்ற இலக்கியமும் உண்டு. (இதனை சமூகமுறைமை ஏற்பு இலக்கியம் (legitimatizing literature) எனலாம்.) இருப்பதிலுள்ள குறைகளைச் சுட்டிக்காட்டி நிவர்த்திக்கத் தூண்டுகின்ற இலக்கியமும் உண்டு. இதனைத்தான் எதிர்ப்பு இலக்கியம், அரசியல் இலக்கியம் என்கின்றனர். ஆனால் இருப்பதை எதிர்ப்பது அல்லது மாற்ற வேண்டுவது அரசியல் என்றால், இருப்பதை அப்படியே ஏற்றுக்கொள்ளவேண்டும் என்று போதிப்பதும் அரசியல்தானே? அதனால் இலக்கியம் தானாகவே, ஒரு கலாச்சாரச் செயல்பாடு, நிகழ்வு என்ற முறையில் அரசியலுக்குள் வந்துவிடுகிறது. தன்னையறியாமலும் அறிந்தும் சித்தாந்தத்துக்கான கருவியாகிறது.

எந்தக் கலாச்சாரத்திலும் ஆதிக்கக்கூறுகள் மட்டுமே இருப்பதில்லை, எதிர்ப்புக் கூறுகளும் இயல்பாகவே இருக்கின்றன. இவற்றை வெளிப் படுத்தும் இலக்கியம் எதிர்ப்பு இலக்கியமாகத்தான் இருக்கமுடியும். எனவே இலக்கியம் கருத்தியலுக்கான ஊடகம் மட்டுமல்ல, ஆதிக்கக் கருத்தியலை ஆதரிக்கும் செயல்முறை மட்டுமல்ல, அதை அழிப்பதற் கான கருவியாகவும் இயங்குகிறது.

இலக்கியத்தின் துருவமுரண்நிலை

தனது உள்ளார்ந்த தன்மைகளுக்கும் அந்தத் தன்மைகளை படைப்பாக வெளிக்கொண்டு வருவதற்கும் இடையில் சிக்கலான ஊசலாட்டத்தை இலக்கியத்தில் காண்கிறோம். மிகச் சிறந்தநிலையில் அது சார்பற்ற தன்மையையும் கலையைச் சரியாகப் புரிந்துகொள்ளலையும் ஊக்கு விக்கிறது. மிக மோசமானநிலையில் அது, அடங்கிப் போகிற தன்மையை மனிதன் ஏற்றுக்கொள்ளச் செய்கிறது.

எந்த ஆசார மரபு, எந்த நம்பிக்கை, எந்த மதிப்பீடு எதுவாக இருப்பினும் இலக்கியம் அதை நையாண்டியும் செய்யும். வித்தியாச மான ஒரு புனைவைக் கற்பனை செய்யும். அதேசமயம் சமூகக் கட்டுப் பாடுகளை ஏற்றுக்கொள்ளவும் வைக்கும். இவ்வாறு செய்யும் சமயத்தில் இலக்கியம் கலாச்சார ரீதியாக ஆதிக்கத்திலுள்ளவர்களின் கருவி யாக இருந்துவிடுகிறது. எனவே இலக்கியம் என்பது கலாச்சாரத்தின் எதிர்ப்பியக்கமாகவும், அதேசமயம் அதனுடைய கூச்சலாகவும்கூட இருக்கிறது. கலாச்சாரக் காவலனாகவும் அதனைத் தகர்த்தமைப்பதற் கான ஆற்றலாகவும் இருக்கிறது.

இலக்கியத்தைப் படைப்பது என்பது நடைமுறையில் உள்ள மரபுகளுக்கு ஏற்ப எழுதுவதாகும். ஆனால் அந்த மரபுகளை இகழ்வதும் காற்றில் பறக்கவிடுவதும் அவற்றுக்கு அப்பால் போவதும்கூட இலக்கியம் படைப்பதுடன் சேர்ந்ததாகவே இருக்கிறது.

இந்தவகையில், தன்னுடைய எல்லைகளை வெளிக்காட்டிக் கொள்வது, அவற்றை விமரிசிப்பது, ஒருவர் வித்தியாசமாக எழுதினால் என்ன நிகழும் என்பதைச் சோதிப்பது ஆகியவற்றின் மூலம் வாழும் ஓர் அமைப்பு முறை இலக்கியம் எனலாம். சான்றாக, ஒரு கவிதை என்பது முழுக்க மரபுரீதியான ஒன்றிற்கான பெயர் மட்டுமல்ல, வாசிப்பதற்குக் கடினமான ஒருகவிதையில் ஓர் அடியின் பொருளை உருவாக்க வாசகர் ஈடுபடும் போராட்டம் ஒன்றிற்கும் அதுவே பெயர். இவ்வாறு கவிதை அகத்திலும் புறத்திலும் இரு துருவங்களுக்கிடையில் இயங்குவதாக உள்ளது.

கவிதை பிறப்பது வாழ்க்கையிலிருந்தா?

பின்அமைப்புவாதிகளுக்கு முன்னோடியாக, வாழ்க்கையைக் கலை போலி செய்யவில்லை, 'வாழ்க்கைதான் கலையைப் பார்த்துப் போலிசெய்கிறது' என்று திருப்பிப்போட்டார் ஆஸ்கார் வைல்டு. நமது மனத்திலுள்ள படிவங்கள், அமைப்புகள் யாவும் கலாச்சாரத்தினால் வழங்கப்பட்டவை. செயற்கையானவை. கலாச்சாரம் என்பது மொழிக்கு

இன்னொரு பெயர்தான். ஆகவே வாழ்க்கைதான் மொழியை அல்லது இலக்கியத்தைக் காப்பியடிக்கிறதே அன்றி, வாழ்க்கை இலக்கியத்தை உற்பத்தி செய்யவில்லை என்றார் அவர். மேலும் வாழ்க்கை சார்ந்த அமைப்புகள் திருப்தி தராதவையாக, மோசமானவையாக, இறுக்க மானவையாக மாறிவிடும்போது, அவற்றைப்புதிதாக மாற்றியமைக்கத் துணைசெய்வதும் கலைதான். 'பதிவுநவிற்சியாளர்கள் (இம்ப்ரெஷ னிஸ்டுகள் ஓவியம் இல்லையென்றால், விளக்குகளை மங்கலாக்கிக் கொண்டு, வீடுகளின் பூதாகாரமான நிழல்களை விழச்செய்துகொண்டு, தெருக்களினூடே வருகின்ற பழுப்புநிற மூடுபனியை எங்கிருந்து நாம் காணமுடியும்?' என்று கேட்டார் வைல்டு.

சரி, வாழ்க்கை கலையைப் பார்த்தே அமைகிறது என்றே ஒரு வாதத்திற்கு வைத்துக் கொள்வோம். அப்படியானால், முதலில் கலை எங்கிருந்து வருகிறது? இதற்கு பதில் கலை, கலையிலிருந்தே தோன்று கிறது என்பதுதான். *பரஸ்பரப் பிரதித்துவம் (இண்டர் டெக்ஸ்சுவாலிட்டி)* என்று குறிப்பிடப்பட்டது இதுதான். கவிதை, வாழ்க்கை அனுபவத்தி லிருந்து எழுதப்படுவது அல்ல; மாறாக, முந்திய கவிதைகளிலிருந்தே இன்றைய கவிதை எழுதப்படுகிறது. உதாரணமாக, வெண்பா, ஆசிரியப்பா, கலிப்பா, வஞ்சிப்பா ஆகியவற்றில் கவிதை எழுதப்பட வேண்டும் என்று நமது இலக்கணம் சொல்கிறது. இவையெல்லாம் ஏற்கெனவே உள்ளவைதானே? இவற்றில் ஏற்கெனவே கவிதை எழுதப்பட்டு நன்றாக அமைந்திருப்பதால்தானே இவை கவிதை எழுதப் பரிந்துரைக்கப்படுகின்றன? எந்த மாதிரியில், எந்த தொனியில், எந்தக் கருத்தைச் சொல்ல வேண்டும் என்பதற்கு முன்பே இருக்கின்ற இலக்கிய வகைகள் முன்மாதிரியாக அமை கின்றன. எப்படி மொழியை மரபு வழியாகக் கவிதைக்கெனத் தகஅமைப்பது என்று இவை நமக்குச் சொல்லித் தருகின்றன.

நவீனத்துவமும் எதிர்நவீனத்துவமும்

நவீனத்துவவாதிகள், வாழ்க்கையிலிருந்து கவிதை வேறுபட்டது என்றார்கள். என்றாலும், தனித்த ஓர் ஆசிரியனின் அனுபவத்திற் கேற்பவும் அது மாற்றியமைக்கப்படுகிறது என்றார்கள். அப்படியே ஆசிரியரின் அனுபவத்தை நேராக வெளிப்படுத்துவதல்ல கவிதை. இந்த எண்ணங்களை டி.எஸ். எலியட்டின் கட்டுரையாகிய 'மரபும் தனித் திறனும்' என்பதில் காணலாம். இக்கருத்தின் பல்வேறு வடிவங்களை மல்லார்மே, யேட்ஸ், எஸ்ரா பவுண்டு, வேலரி போன்றோர் கவிதை களில் காணலாம். இவர்களது கவிதைகளில் மரபுரீதியான கவிதைகளில் காணப்படுவது போன்ற தர்க்கரீதியான அல்லது எடுத்துரைத்தல்

வாயிலாக வருகின்ற வளர்ச்சி நிலை, உச்சநிலை ஆகியவற்றைக் காண இயலாது. ஆனால் துடிப்புள்ள, ஆழமான உள்ளர்த்தங்கள் கொண்ட, அர்த்தமயக்கங்களை உண்டாக்குகின்ற படிமங்களையும் குறியீடு களையும் காணமுடியும்.

இந்த விஷயங்கள் ஓரளவு இலக்கியக் கொள்கை பற்றி அறிந்தவர் களுக்கும் தெரிந்தவைதான். ஆனால் நவீன காலத்தில் தோன்றிய அத்தனைக் கவிதைகளும் நவீனத்துவம் என்னும் அடைமொழிக்கு உரியவை அல்ல. நவீனத்துவக் கவிதை ஐரோப்பியநாடுகளில் 1910 முதலாக வளர்ச்சி பெற்றது. தமிழில் இது 'எழுத்து' இதழிலிருந்து தோன்றியது.

தமிழ்க்கவிதை பெருமளவு நவீனத்துவத்திற்கு எதிரானது. காரணம், நவீனத்துவக் கவிதை, வடிவத்திற்கு முதன்மை தருகிறது. தமிழ்க்கவிதை எப்போதுமே வடிவச் சோதனைகளைப் பெருமளவு ஒப்புக்கொண்ட தில்லை. பெரும்பாலும் உள்ளடக்கத்திற்கு மட்டுமே முக்கியத்துவம் தருவதாக இருந்துவருகிறது. ஆகவே தமிழ்க் கவிதையை எதிர் நவீனத்துவக் கவிதை என்றுதான் சொல்லமுடியும்.

எதிர்நவீனத்துவக் கவிதை, ஆஸ்கார் வைல்டு சொன்னது போல இசையை நோக்கி நகர்வதல்ல. எதிர்நவீனத்துவக் கவிதையின் ஆதரிசம் வரலாறுதான். மரபுரீதியான யதார்த்தவாதமே கவிதைக்குப் போதும் என்று எதிர்நவீனத்துவக் கவிதை கருதுகிறது. தொடர்புகொள்ளுவதற்கு முன்னரே நிலையாக யதார்த்தத்தில் அமைந்து கிடக்கின்ற அனுபவங் களை அல்லது மெய்ம்மையை வெளிப்படுத்துவதுதான் கவிதை என்பது தமிழ்க் கவிஞர்களில் பலருடைய கருத்து. உருவச் சோதனைகள் வாசகரோடு தொடர்புகொள்ளுவதைக் கெடுத்துவிடுவதால் அவை தேவையில்லை என்பதும் அவர்கள் கருத்து. 'அர்த்தத்திற்கேற்ப வார்த்தை அமையவேண்டுமே தவிர, அதற்கு மறுதலையாக அல்ல' என்றார் பிரபல நாவலாசிரியர் ஜார்ஜ் ஆர்வெல். ஃபிலிப் லார்க்கின் என்னும் ஆங்கிலக் கவிஞர் சொன்னார் - 'உருவம் எனக்கு ஆர்வத்தைத் தருவதில்லை. உள்ளடக்கம்தான் எல்லாம்.'

தமிழ்க்கவிதை பெரும்பாலும் இவர்களது கருத்தை அடியொற்றியே செல்கிறது. இதைப்பற்றிச் சொல்லும்போது டேவிட் லாட்ஜ் என்னும் விமரிசகர் - நாவலாசிரியர் இப்படிச் சொல்கிறார்: 'நவீனத்துவ வாதிகளை எதிர்க்கவேண்டும் என்பதற்காக இத்தகைய கவிஞர்கள் இன்றைக்குப் பொருந்தாத பழமைவாதக் கருத்தைத் தழுவிக்கொள் கிறார்கள். ஆனால் ஒன்று, எதிர்நவீனத்துவக் கவிதையின் (மரபு ரீதியான கவிதையின்) கொள்கையைவிட அதன் இலக்கியங்கள்

நன்றாக இருக்கின்றன. பலசமயங்களில், நவீனத்துவக் கொள்கைதான் அதன் படைப்புகளைவிட நன்றாக இருக்கிறது.'

இலக்கியம், கவிதை என்பவற்றை வரையறுக்கமுடியுமா என்பதையும், அவற்றின் பண்புகளாக எவற்றை நோக்கலாம் என்பதையும், அவற்றின் இயல்பையும் மேலே ஓரளவு காணமுடிந்தது. ஓரளவு என்று சொல்வதன் நோக்கம், முழுமையாக இவற்றை எவராலும் வெளிப்படுத்த முடியாது என்பதால்தான். 'சிறந்த ஒழுங்கில் அமைக்கப்பட்ட சிறந்த சொற்கள்' என்றும், 'ஆழ்ந்த அமைதி நிலையில் நினைவுகூரப்பட்ட உணர்ச்சிகள்' 'ஆற்றல் சான்ற உணர்ச்சிகளின் வெளிப்பாடு' என்றும், 'கற்பனையால் புனையப்படுவது' என்றும் 'பயிற்சியால் பெறப்படுவது' என்றும் கவிதைக்கு இதுவரை பலவேறு வரையறைகள் அளிக்கப்பட்டுள்ளன. ஆனால் மேற்சொல்லப்பட்ட எல்லா வரையறைகளும் குறையுடையனவே. முழுமையான அறிவு என்பதைப் போல முழுமையான வரையறை என ஒன்று இல்லை. எல்லா வரையறைகளும் ஒருபகுதியை முதன்மைப்படுத்தி விளக்குவனவே.

4

கவிதை, செய்யுள், பாட்டு

கவிதையும் செய்யுளும்

கவிதை வேறு, செய்யுள் வேறு, பாட்டு வேறு. ஒரு வகையை இன்னொன்றுடன் சேர்த்துக் குழப்பலாகாது.

பத்தொன்பதாம் நூற்றாண்டின் இறுதிவரை இம்மூன்றிற்குமான வேறுபாடுகள் தெள்ளத் தெளிவாகத் தமிழில் குறிக்கப்படவில்லை அல்லது அறியப்படவில்லை. ஏறத்தாழ இம்மூன்றும் ஒன்றாகவே தமிழில் கருதப்பட்டுவந்தன. மேற்கத்திய இலக்கிய வகைகளின் வருகையும், இலக்கியக் கொள்கைகளின் வருகையும், இம்மூன்றையும் வேறுபடுத்தி நோக்குவதற்கான தேவையை அளித்தது. குறிப்பாகப் புதுக்கவிதையின் வருகை, உரைநடையிலும் கவிதை எழுதப்படலாம் என்பதையும், செய்யுள் அல்லது யாப்பு வடிவத்தில் எழுதப்பட்ட அனைத்தும் கவிதையல்ல என்பதையும் தெளிவாக்கியது. செய்யுளுக்கும் கவிதைக்குமான வேறுபாட்டினை இங்கே விதந்துகூற அவசியம் இல்லை. ஏற்கெனவே கைலாசபதி போன்றோர் அதனைத் தெளிவாகவே செய்துள்ளனர். கைலாசபதி, 'பாக்காவது கமுகம்பழம் பருப்பாவது துவரை' என்ற செய்யுளையும்,

அண்ணன் என்பவன் தம்பிக்கு மூத்தவன்
கண்ணன் என்பவன் கண்ணிரண் டுள்ளவன்
திண்ணை என்பது தெருவினில் உள்ளது
வெண்ணெய் என்பது பாலினில் உறைவதே.

என்ற செய்யுளையும் எடுத்துக்காட்டி, இவை கவிதையல்ல, யாப்பில் அமைந்த செய்யுட்கள் என்று விளக்கினார். (கவிதைக்கும் செய்யுளுக்கு மான வேறுபாடுகளை நோக்க வேண்டுவோர் க. கைலாசபதியின் 'கவிதை நயம்' என்ற நூலைப் பார்க்கவும்). இவற்றை ஏற்பதில் எந்தப் பிரச்சினையும் இல்லை. ஆனால், இன்று கவிதையாக ஏற்கப்படுகின்ற நூல்களிலும் செய்யுளாக உள்ள சிலவற்றை அவர் எடுத்துக்காட்டி யிருப்பின் இன்னும் நன்றாக இருந்திருக்கும். இவ்வாறு செய்வதில்

இரசிகமணி டி.கே. சிதம்பரநாத முதலியார் இன்னொரு எல்லைக்குச் சென்றுவிட்டார். கம்பராமாயணத்திலுள்ள பத்தாயிரத்திற்கும் மேற்பட்ட பாக்களில், உணர்ச்சி பாவம் குறைந்தவற்றை (செய்யுட்களாக அவர் கருதியவற்றை) ஒதுக்கி, ஏறத்தாழ ஆயிரத்துச் சொச்சம் பாடல்கள்தான் 'கம்பர் தரும் இராமாயணம்' என்று பதிப்பித்து விட்டார்.

இங்கு எட்கர் ஆலன் போ-வின் கருத்து ஓரளவு பயன்படும். ஆலன் போ சிறு கதையின் தந்தை மட்டுமல்ல. கவிதையிலும் வல்லுநர். *த ரேவன்* என்ற தமது கவிதையைத் தாம் எப்படி எழுதினார் என்பதை விவரிக்கும் கட்டுரையில் (The philosophy of composition) எந்தச் சிறந்த கவிஞனாயினும் நூறு அடிகளுக்குமேல் தொடர்ந்தாற் போல் கவிதையாகவே எழுதமுடியாது என்கிறார். எனவே காப்பியங்களை, நீண்ட தொடர்நிலைச் செய்யுட்களை இயற்ற வேண்டிய கட்டாயத்திலுள்ள கவிஞர்கள், சிறந்த கவித்துவம் உடைய பாடல்களுக்கிடையே சற்றே கவித்துவம் குறைந்த, அல்லது கவித்துவமற்ற செய்யுட்களையும் இட்டுநிரப்பவேண்டிவருகிறது என்பது அவர் கருத்து.

கவிதையும் பாட்டும்

பாட்டின் விஷயம் வேறு. கவிதையையும் *(பொயட்ரி)* பாட்டையும் *(லிரிக் அல்லது சாங்)* பிரித்து நோக்கவேண்டிய தேவை இன்று உள்ளது. இன்றுவரை நாம் கவிதைக்குச் சமமான சொல்லாகப் பாட்டு என்பதை வேறுவழியின்றிப் பயன்படுத்தி வருகிறோம். (நானும்கூட இந்நூலில், பல இடங்களில் கவிதை என்பதற்குச் சமமான சொல்லாகப் பா அல்லது பாட்டு என்பதைப் பயன்படுத்தியிருக்கிறேன். ஆயினும் துல்லியமாக நோக்கினால், பாட்டும் கவிதையும் ஒன்றல்ல.) ஒரு கவிதையைக் குறிப்பிட்டு இது சங்கப்பாட்டு என்கிறோம். கம்பருடைய கவிதை ஒன்றை எடுத்துக்காட்டி, இது கம்பரின் பாடல் என்கிறோம். இம்மாதிரிப் பயன்பாட்டினால், கவிதைக்கும் பாட்டிற்குமான வேறுபாடு துலக்கமாக வெளிப்படத் தவறிவிட்டது. (ஆனால் கவிதைக்கும் செய்யுளுக்குமான வேறுபாடு பெருமளவு துலக்கமாகவே இன்று உள்ளது.)

இதன் விளைவு, தமிழில் பாட்டு எழுதுபவர்கள் யாவரும்-குறிப்பாக ஜனரஞ்சகப் பாட்டு எழுதுபவர்கள் (pop-song writers) அனைவரும் தங்களைக் கவிஞர்கள் (கவிஞர்கள் என்றாலாவது பரவாயில்லை, கவியரசர்கள், கவிப்பேரரசுகள் என்றெல்லாம்) கருதிக் கொள்ளலானார்கள். தீவிரமான இலக்கிய மாணவர்களானாலும், சாதாரண மக்களானாலும், பேராசிரியர்களானாலும் அவர்கள் எழுதும் பாடல்

களைக் கவிதை என்றும் கருதலானார்கள். கவிதை-பாட்டு என்பதன் வேறுபாட்டையே தமிழில் இந்நிலை அழித்துவிட்டது. இதனால் இந்திய அளவிலேயே நோக்கினாலும் தமிழ்க்கவிதை தரம் குறைந்து விட்டது.

மன்னும் இமயமலை எங்கள் மலையே-மாநில மீதிது போற்
பிறிதிலையே

என்பது பாரதியார் பாடிய பாட்டு. ஆனால் 'அக்கினிக் குஞ்சொன்று கண்டேன்' என்று அவர் எழுதியது கவிதை.

மனுசங்கடா நாங்க மனுசங்கடா
உன்னைப்போல அவனைப்போல
எட்டுசாணு உயரமுள்ள மனுசங்கடா

என்பது இன்குலாப் ஒடுக்கப்பட்ட மக்கள் எழுச்சியுறப் பாடிய பாட்டு. இதைக் கவிதை என்று சொல்லக்கூடாது. ஆனால்,

இந்த உண்மையை உச்சரிக்க
எனது எழுதுகோல் முனைந்தபோது
அதில் தீப்பொறிகள் பறந்தன
ஒடுக்கப்பட்ட மானிடம்
அந்தத் தீக்கொழுந்துகளில்
தன் முகம் பார்த்துக்கொண்டது

என்று அவர் எழுதுவது கவிதை (மிகையுணர்ச்சி கொண்டதாக இருந்தாலும்).

கவிதைக்கும் பாட்டிற்கும் சில பொதுத்தன்மைகள் இருந்தாலும், இரண்டின் அடிப்படைக் குணங்களும் நோக்கங்களும் வேறானவை.

கவிதை-பாட்டு வேறுபாடுகள்

- பாட்டு இசைக்கலை அடிப்படையிலானது. பாடப்படுவதே அதன் முதல் நோக்கம். ராகம் அல்லது ஸ்வர அமைப்புக்கேற்பவே சொற்கள் அதில் அமைகின்றன. ஆனால் கவிதையில் சொற்கள் தான் முக்கியம். இசைக்கென அல்லது பாடப்படுவதற்கெனக் கவிதை எழுதப்படுவதில்லை. சான்றாக, 'யாதும் ஊரே யாவரும் கேளிர்' என்ற கவிதையை காம்போதியில் பாடுவதா கரகரப் பிரியாவில் பாடுவதா என்ற சர்ச்சை முக்கியமல்ல. சில பாடகர்கள் திருக்குறளையும் (குறிப்பாகக் கடவுள் வாழ்த்து) சில சங்கக் கவிதைகளையும் சிலப்பதிகாரம் போன்ற நூல்களின் சிலபகுதி களையும் இராகத்துடன் பாடியுள்ளனர் என்றாலும், இவற்றின் உள்ளடக்கம்தான் முக்கியம்.

பாட்டில் உள்ளடக்கம் முக்கியமில்லை. சொற்கள் தட்டுப்பாடு ஏற்பட்டாலும் ஏதேனும் ஓசையைப் போட்டு (லா லா லா, ஆ ஆ ஆ போன்று, டண்டக்க ரெண்டக்க, ஜிங்கிரிச்சா என்பவை போன்று, நிறையப் பாடல்களில் 'தான்' என்ற சொல்லைப் போட்டு நிரப்புவது போன்று) நிரப்பிவிடலாம்.

- பாட்டு, கவிதை இரண்டிலுமே தாளக்கட்டு உண்டு. கவிதையின் தாளக்கட்டு உள்ளார்ந்தது. சந்தப்பாக்களில் மட்டுமே வெளிப் படக்கூடியது. பிறவற்றில் அவ்வளவாக வெளிப்படுவதில்லை. ஆனால் பாடலின் ஜீவன் ஸ்வரக் கோவை. 'ஸ்வர மாதா, லய பிதா' என்பார்கள் இசைக்கலைஞர்கள். ஸ்வரம், தாளம் இரண்டும் இணையும் போதுதான் இசை உருவாகிறது. ஸ்வரம் என்ற பகுதியை முற்றிலுமாக விடும்போது தான் கவிதைக்கலை உருவாகிறது. தாள அமைப்பையும் மிகநுட்பமாக-அர்த்த அமைப்பு நோக்கிப் பயன்படுத்துவது கவிதைக்கலை.

ஆனால் இசை, தாள அமைப்பை நடைக்கேற்பவே பயன் படுத்துகிறது. ஒரு பாட்டில் ஆதி தாளம், ரூபகதாளம் என்பதற்கு அர்த்தமுண்டு. கவிதையில் ஆதிதாளம், ரூபகதாளம் என்பவை தேவையில்லை. யாப்புக்கேற்ற நுட்பமான ஒலிநயம்தான் அங்கு தேவைப்படுகிறது.

- கவிதையின் அடிப்படை செறிவு, இறுக்கம். ஆழ்ந்து சிந்தித்தலாகிய அனுபவத்தை நோக்கியே கவிதை எழுதப்படுகிறது. பாட்டு முதன்மையாகக் கேட்கப்படுவதை நோக்கித்தான் எழுதப்படுகிறது. எனவே பாட்டில் செறிவு சாத்தியமில்லை. மிக எளிமையான விஷயங்களைத்தான் பாட்டில் கொண்டுவரமுடியும். செறிவான வாழ்க்கை அனுபவங்களைப் பாட்டில் கொண்டுவருவது கடினம். அதற்குப் படிப்பின் வாயிலான ஆழ்ந்த ஈடுபாடுதான் தேவை.

பாட்டுகளை மட்டுமே இரசிப்பது அல்லது கவிதையாகக் கருதுவது என்பது ஒரு சமுதாயத்திற்கே ஆழ்ந்த சிந்தனை இல்லாமல் போகச் செய்கிறது.

- பாட்டின் அடிப்படை பன்னுதல் அல்லது மிகைத் தன்மை. திரும்பத் திரும்பக் கூறியதையே கூறுதல் (பல்லவி போன்ற வற்றால்) பாட்டின் இயல்பு. கவிதையில் கூறியதைத் திரும்பக் கூற வேண்டிய அவசியமில்லை, கூறுவதும் இல்லை.

- பாட்டின் வாயிலாக மிகச்சில அனுபவங்களை மட்டுமே புலப் படுத்த முடியும். காரணம், கொடுக்கப்பட்ட சூழ்நிலைக்கும்

மெட்டுக்கும் ஏற்பவே பாட்டு அமையும். தன் உண்மையான ஈடுபாட்டைக் கவிஞன் உணர்த்துவதற்கில்லை. கவிதை உள்ளத்தில் கனன்றுகொண்டிருக்கும் ஆவேசத்தின் விளைவு. 'நீ இதைச் சொல், இதைச் சொல்லியே தீரவேண்டும்' என்று உள்ளம் இடையறாது உந்துவதன் விளைவு கவிதை.

பாடல்-கவிதை குழப்பத்திற்கு மேலும் ஒரு காரணம், தமிழ் நாட்டில் சில கவிஞர்கள் பாடலாசிரியர்களாகவும் அமைந்து அவர்கள் பாடலும் இயற்றியதுதான். பாரதியார் ஒரு சிறந்த எடுத்துக்காட்டு. அவர் எழுதிய பாடல்களில் சில நல்ல கவிதைகளாகவும் அமைந்துவிட்டன. (சான்றாகக் 'காணிநிலம் வேண்டும்' போன்ற பாடல்கள்). இதனால் பாடல்கள் யாவுமே கவிதைகள் என்று நினைத்துவிடும் தவற்றினைச் செய்யலாகாது. சில பாடல்களும் அபூர்வமாகக் கவிதையாகலாம் என்று மட்டுமே கொள்ளவேண்டும். மனிதனுக்கு இருகால்கள் உண்டு என்றால் தவறில்லை. இருகால் கொண்டவை யாவும் மனிதர்களே என்றால் தவறல்லவா?

அவ்வாறு பாடல்களும் கவிதையாகவேண்டும் என்றால், பாரதியிடம் அவை பிறந்ததுபோலக்-கவிஞன் உள்ளத்தெழுச்சி யாக அவை பிறந்திருக்கவேண்டும். பிறர் தந்த எந்தச் சூழலுக்கும் ஒரு நல்ல கவிஞன் கவிதையோ பாட்டோ எழுதமாட்டான். அது அவனாகவே வரையறுத்துக்கொண்ட சூழலாக இருக்கவேண்டும். எவ்வாறாயினும் ஒரேமாதிரிச் சூழல்களைத் தந்து எழுதச் சொல்லும் திரைப்படத் துறைக்கான பாடல்கள் கவிதையல்ல.

- தமிழ்த்திரைப்படங்களின் சூழ்நிலைகள் மிகவும் வரையறுக்கப் பட்டவை. காதலன்-காதலி தங்கள் காதலைப் புலப்படுத்தப் பாடுதல், காதல் தோல்வியில் (அல்லது தோல்வியடைந்து விடுமோ என்ற) சோகத்தில் பாடுதல், கதாநாயகனோ நாயகியோ விரக்தி யில் புலம்பிப் பாடுதல் (இதற்குத் தமிழ்த்திரையுலகில் தத்துவப் பாட்டு என்றுபெயர்!) பிறருக்கு-மக்களுக்கு அறிவுரைகூறும் பாங்கில் பாடுதல் (சின்னப் பயலே, சின்னப் பயலே சேதி கேளடா), தன்அறிவிப்பாகப் (பிரகடனமாகப்) பாடுதல் (நான் ஆணையிட்டால் அது நடந்துவிட்டால், மூன்றெழுத்தில் என் மூச்சிருக்கும்) என்ற வகைகளில் தமிழ்த்திரைப்படப்பாடல் களின் சூழல்கள் அடங்கிவிடும். கவிதையை இப்படி ஒருசில சூழல்களில் அடக்கிவிட முடியாது. அது வாழ்க்கையின் அத்தனை தளங்களையும் தொட்டுத் தழுவும் இயல்பு கொண்டது.

* மேலும் முன்பு நாம் கண்ட ஔசித்தியம் (பொருத்தப்பாடு) போன்ற சொற்களெல்லாம் திரைப்படப் பாடல்களைப் பொறுத்த வரை அர்த்தமற்றவை. சொல்லுவதை உருவகமாக, அலங்கார மாகச் சொல்வது ஒன்றே அவற்றிற்கு முக்கியம். பெரும்பாலான பாடலாசிரியர்களுக்கு எந்தச் சூழ்நிலைக்காக, எந்தத் தனிமனித அனுபவத்திற்கென ஒரு பாட்டு எழுதுகிறோம் என்பது கூடத் தெரியாது. கொடுக்கப்பட்ட மெட்டுக்காக எதையோ எழுதி எங்கோ இணைத்து எப்படியோ உருச்செய்யும் ஒரு துக்கடா விவகாரம்தான் பொதுவாகப் பாட்டுகளும், குறிப்பாகத் திரைப்படப் பாட்டுகளும்.

* பாட்டுகளில் பயன்படுத்தப்படும் சொற்களும் திரும்பத்திரும்பப் பயன்படுத்தப்பட்ட, பயன்படுத்தப்படுகின்ற சொற்களே. இவற்றைத் தேய்ந்துபோன சொற்கள், தேய்ந்துபோன தொடர்கள், தேய்ந்துபோன உருவகங்கள் என்று சொல்வார்கள். மேலும் எதுகைமோனைக் காகவும் தேய்ந்துபோன தொடர்களையே சினிமாப் பாடலாசிரி யர்கள் பயன்படுத்துவர். (உதாரணத்திற்கு, கண்ணன் என்று முதலடி யில் வந்தால், மன்னன் என்று இரண்டா மடியில் வரவேண்டும், சந்தித்தேன் என்றால் சிந்தித்தேன், ஆவணி என்றால் தாவணி- இப்படி எத்தனை எத்தனை! இவற்றைத் தொகுத்துப் பார்ப்பது இவற்றின் இயல்பை நன்கு புரிந்துகொள்ள உதவும்) இவற்றைமீறிப் புதிய சிந்தனைகளை வெளிப்படுத்தும் புதிய சொற்சேர்க்கை களையும் படிமங்களையும் உருவாக்குவதற்கான கால அவகாசமும் சிந்தனைப்போக்கும் திரைப்படத் துறையில் கிடையாது.

    கவிதையிலே திரும்பத் திரும்பப் பயன்படுத்திய சொற்சேர்க்கை களையே (cliche) பயன்படுத்துவது குற்றமாகும். இம்மாதிரிக் கவி களைக் குறித்து, 'கவிகளுக்கென்றே சில சொற்களைப் பெட்டியில் வைத்திருக்கின்றனர். உதடென்றால் பவழம் முன்வந்து நிற்கும். பல் என்றால் முத்து கவிவாணர் முன்வந்து உலாவும். தாமரை யைப் பற்றிக் கேட்கவேண்டியதில்லை' என்பார் ரா.ஸ்ரீ. தேசிகன்.

* பாடலின் அமைப்பைப் பல்லவி-அனுபல்லவி-சரணம் எனப் பொதுவாகக் காணலாம். பல்லவி மீண்டும் மீண்டும் பாடப்படும் தன்மை கொண்டது. கவிதையின் அமைப்பை இப்படியெல்லாம் ஒரு கூட்டுக்குள் அடைக்கமுடியாது.

    இன்னும் நிறைய வித்தியாசங்களைக் கூற முடியும். ஒருவகை யில் கவிதையின் பெரும்பாலான குணங்கள் பாட்டிற்கு எதிரானவை என்று சொல்லலாம்.

மேற்கண்ட வாதங்களையும் மீறி ஒருவர் கேட்கலாம்-திரைப்படப் பாடல்களில் நல்ல கவிதைகள் இல்லையா? 'நதியில் விளையாடி கொடி யில் தலைசீவி நடந்த இளந்தென்றலே' என்பது கவிதை இல்லையா? 'உனக்கும் கீழே உள்ளவர்கோடி-நினைத்துப் பார்த்து நிம்மதிநாடு' என்பவை கவிதை வரிகள் இல்லையா? இவை எத்தனையோ பேர்க்கு ஆறுதல் தந்து மகிழ்ச்சியளிக்க வில்லையா என்றெல்லாம் கேட்கலாம்.

- இவற்றிற்கான விடைகள் முன் இயல்களிலேயே உள்ளன. நாம் நடைமுறைப் பேச்சிலும், எத்தனையோ கவிதைக் கூறுகளைப் பயன்படுத்துகிறோம். அதனால் நமது பேச்சைக் கவிதை என்று சொல்கிறோமா? அவைபோலத்தான் இவையும். இவற்றில் கவிதைக்கூறுகள் உள்ளன என்பதை மறுக்கவே முடியாது, எவரும். ஆனால் கவிதைக் கூறுகள் எங்கேதான் இல்லை?

- இரண்டாவதாக, பாட்டிற்குச் சூழல் என்பது முக்கியம். முன்பு சூழல் விலக்கப்பட்ட மொழி கவிதையாகும் வாய்ப்பினைப் பெற்றது என்பதை விளக்கினோம். ஆனால் 'உனக்கும் கீழே உள்ளவர் கோடி' போன்ற கூற்றுகளுக்குச் சூழல் மிகமுக்கியம். இதற்கான சூழல், ஓரளவு வசதியான ஒருவனது விரக்தி என்றால் ஏற்றுக் கொள்ளலாம். ஆனால் மோசமாக மதிப்பெண் வாங்குகின்ற, உழைக்காத மாணவன் 'உனக்கும் கீழே உள்ளவர் கோடி-நினைத்துப்பார்த்து நிம்மதி நாடு' என்றால் ஒப்புக்கொள்வோமா?

- கவிதையாகக் கருதப்படும் ஒருசில பாட்டுகளுக்கு, உதாரண மாக, மேற்காட்டிய பாடல் வரிகள் போன்றவற்றிற்கு மக்கள் திரைப்படச் சூழலைவிலக்கி, தங்கள் சொந்தச் சூழலை அமைத்துப் பார்க்கிறார்கள் என்பதே உண்மை.

பெரும்பாலான திரைக்'கவிதை'களைப் பாருங்கள்-அவை பெண்ணடிமைத் தனத்தை வலியுறுத்துபவையாகவும் இருக்கும்; ஆதிக்கச் சொல்லாடல்களை - பெருங்கதையாடல்களை நிலை நிறுத்துபவையாகவும் அமைந்திருக்கும். ஆள்வோர்க்குச் சாதகமாக மட்டுமே செல்கின்ற, சமுதாயத்தில் காணப்படும் மூட நம்பிக்கை களையே நிலைநிறுத்துகின்ற இப்படிப்பட்டவற்றைக் கவிதையென்று நம்மால் கொள்ளஇயலாது. மேம்போக்காகச் சில வரிகளை இங்கே காணலாமே? (இவைபோன்று, அல்லது இன்னும் மோசமாகக்கூட ஆயிரமாயிரம் வரிகளைக் காட்டலாம் - ஆனால் அது இந்நூலின் நோக்கம் அல்ல.)

'தொட்டால் பூ மலரும்' (இது நாயகன் கூற்று, எனது அனுபவத்தில் தொட்டு எந்தப் பூவும் மலர்ந்ததை நான் கண்டதில்லை). 'தொடாமல்

நான் மலர்ந்தேன்' (இது நாயகி கூற்று-இந்த விளைவை நோக்கித்தான் முதல்வரி முரண்நிலையில் அமைக்கப்பட்டது-தன் 'தூய' 'கற்புக் கெடாத்' தன்மையை வெளிப்படுத்திவிட்டாள் நாயகி!)

'புத்தம் புதிய புத்தகமே-உன்னைப் புரட்டிப் பார்க்கும் புலவன் நான்' (நாயகனின் காதல் கூற்று). நாயகி ஒரு பொருள், புத்தகம் (இன்னும் மோசமாக இப்போதெல்லாம் 'கட்டை'-நாட்டுக்கட்டை, ஃபிகர் ஆகிவிட்டாள் பெண்!) அதைப் புரட்டிப் பார்ப்பவன் (ஆதிக்கம் செய்பவன்) ஆண். அந்தப் புத்தகமும் 'புத்தம்புதிய' புத்தகமாக இருக்க வேண்டும். பழைய புத்தகமாக இருக்கக் கூடாது. எவ்வளவு பெண்ணடிமைத்தனக் கருத்துகள் இவற்றில் வெளிப்படுகின்றன பாருங்கள்!

இன்றும் பாராட்டப்படுகின்ற (கவிதை!) ஒருபாடல், 'நான் மலரோடு தனியாக ஏனங்கு நின்றேன்'. இதனைப் பாராட்டாத ஒருவரும் கிடையாது. ஆனால் இது சொல்வது என்ன? காதலனைச் சந்திக்க வந்த நாயகியின் கூந்தல் கலைந்திருக்கிறது. அதைப் பார்த்து சந்தேகம் கொண்டு வினா எழுப்புகிறான் நாயகன். அதற்கு நாயகி விளக்கம் கொடுக்கும் பாவனையில் பாட்டு செல்கிறது. ஒரு நல்ல கணவன், (அல்லது காதலன்) தன் மனைவி அல்லது காதலியைப் பார்த்துத் தேவையற்றுச் சந்தேகம் கொள்வது காதலாகுமா? (வண்டு ஒன்று அவள் முகத்தை மலர் என்று கருதி மோதியதாம், அவள் பயந்து ஓடிவந்தாளாம், அதனால் கூந்தல் கலைந்ததாம்-அவன் கேள்விக்கு விளக்கம் வேறு சொல்கிறாள் நாயகி.)

அழகை வைத்துப் பெண்களை ஆதிக்கம் செய்யும் இப்படிப்பட்ட ஆணாதிக்கக் கருத்துகள், பிற சமூக ஆதிக்கச் சொல்லாடல்கள், சமூகக் கட்டுக்கதைகளின் (மூட நம்பிக்கைகளை அடிப்படையாக வைத்து வந்த பாடல்களை நாம் விளக்கத் தேவையில்லை) அடிப்படையில் எழுந்து, இருக்கும் ஆதிக்கத்தை நிலைநிறுத்தவே இயங்கும் இவற்றை இன்னும் கவிதை என்று பாராட்டப் போகிறோமா? இன்றைய தமிழ்ச் சூழலில் பாடல்கள் என்பவை, ஆளும் கருத்தியலுடனோ, பணத் துடனோ செய்யப்படும் சமரசங்கள்தான்.

தலைப்புக் கொடுத்து எழுதுவதும் கவிதையல்ல. எந்தத் தலைப்பு கொடுத்தாலும் கவிதை எழுதலாம் என்பவன், எந்தத் தலைப்புக் கொடுத்தாலும் பேசும் பட்டி மன்ற வணிகப் பேச்சாளிதான். அவனுக் கென்று சுயமாக ஓர் ஈடுபாடு இருக்க வாய்ப்பில்லை. ஒரு நல்ல கவிஞன் தன் உள்ளத்தின் ஈடுபாட்டிற்கேற்பவே எழுதுகிறான். தலைப்புக் கொடுத்து எழுதுவதைக் 'கவிதைப் போட்டி' என்று

சிறிய வகுப்புகளில் மாணவர்களை ஊக்குவிக்க வேண்டுமானால் பயன்படுத்திக்கொள்ளலாம். மாணவர்கள் படிமங்களைக் கோத்து அமைக்கவும், ஒழுங்கமைக்கவும், உருவகரீதியாகச் சில கருத்துகளைச் சொல்லவும் இவற்றால் பயிற்சி கிடைக்கும். ஆனால் இவை கவிதை அல்ல. ஏறத்தாழத் திரைப்படங்களுக்குப் பாடல் எழுதுவதும் தலைப்புக்கு எழுதுவது போலத்தான்.

இப்படிப் பலவேறுபாடுகள் உண்டு. இதையறியாத 'பாட்டாளிகள்' எல்லாம் தங்களைக் கவிஞர்கள் என்று கூறிக்கொள்வது ஊடகத்தின் வாயிலாகக் கிடைத்த பரபரப்புப் பிராபல்யம், பணம் இவற்றின் வாயிலான பலம், மக்களின் அறியாமை போன்றவற்றால்தானே ஒழிய வேறல்ல. ஆங்கிலத்தில் தமிழைவிட மிகுதியானஅளவில் ஜனரஞ்சகப் பாடல்கள் ('பாப்' இசைப்பாடல்கள்) எழுதப்படுகின்றன. அவற்றைக் கவிதை என்று எழுதுபவர்களோ, கேட்பவர்களோ, கல்வித் துறை யினரோ, விமரிசகர்களோ கூறி நான் கண்டதில்லை, அவற்றைப் பாடமாக வைத்ததைப் பார்த்ததும் இல்லை.

பாடலைத் தனித்துறையாக (இசைவகையாக) வேண்டுமானால் வைத்துக்கொள்ளுங்கள். ஆனால் கவிதையென்று சொல்லாதீர்கள்!

கவிதையைப் புரிந்துகொள்வது

இங்கு இன்னொன்றையும் தெளிவாக்கி மேற்செல்வது நல்லது. கவிதை என்றால் தெளிவாகப் புரியும்படிதான் இருக்கவேண்டும் என்று பலர் சொல்லி, வற்புறுத்திக் கேட்டிருக்கிறேன். இதற்கு பாரதியாரின் பாஞ்சாலி சபத முன்னுரையையும் மேற்கோள் காட்டுவார்கள். ஆனால் ஒரு கவிதை யாவர்க்கும் புரியும்படியான(!) ஒன்றாக இருக்கவேண்டிய அவசியமில்லை. முதலில் புரிந்துகொள்வது என்ற சொல்லையே தவறாகப் புரிந்துகொண்டதால் ஏற்பட்ட விளைவு இது. நடைமுறை, அறிவியல்மொழியைப் புரிந்துகொள்வது வேறு, கவிதைமொழியைப் 'புரிந்துகொள்வது' வேறு.

கவிதை மொழி ஏற்படுத்தும் உணர்வலைகள்தான் முக்கியம். அது நெஞ்சில் அளிக்கும் அனுபவம்தான் முதன்மையானது. ஒரு பாடகர் கல்யாணி ராகத்தைப் பாடும்போது ஏற்படும் சுகமான அனுபவத்தில் என்ன புரிகிறது? ('மன்னவன் வந்தானடி' என்ற பேருண்மையா? இது கல்யாணிராகப் பாட்டுதான்.) கவிதையின் உணர்வலைகளில் ஈடுபடுவது அவசியம். அதைவிட்டுப் பொழிப்புரை தேடியலைந்து அது என்ன சொல்கிறது என்று தேடிவிட்டு (பொழிப்புரை தேடுவது தேர்வு வியாதி, கவிதை இரசனையல்ல), 'ஐயோ புரியவில்லை, இவர்

கவிஞரா, என்ன எழுதுகிறார் இவர், யாருக்காக எழுதுகிறார்?' என்று புலம்புவதில் அர்த்தமில்லை. ஒரு நல்ல ஓவியத்தை, சிற்பத்தை, கட்டடத்தை, இசையை இரசிப்பதுபோலக் கவிதையைக் கலையாக இரசிக்கக் கற்றுக்கொள்வது-பயிற்சிசெய்வது அவசியம். இதையறியாத வர்கள் வாழ்க்கை முழுவதும் அது என்ன 'சொல்கிறது' என்றே தேடிக்கொண்டிருப்பார்கள்.

மேலும் கவிதை நேராக என்ன சொல்கிறது என்பதும் கூட நமது வயது, வாழ்க்கை அனுபவம், வாசிப்பு போன்ற பலவற்றைப் பொறுத்து வெவ்வேறு தளங்களில் அமைகிறது. நல்ல கவிதைகளை வாசிக்கும் பயிற்சி அற்றவர்கள், 'எனக்கு இந்தக் கவிதை புரியவில்லை, ஆகவே இது கவிதையல்ல' என்பது ஏற்புடையதன்று.

கீர்த்தனையும் இசைப்பாடல்களும்

தமிழில் கீர்த்தனை இலக்கியம் என்று ஒன்று சொல்லப்படுகிறது. (தியாகையரின் தெலுங்குக் கீர்த்தனைகளை அடியொற்றிப் போலும்). கீர்த்தனைகள் பாடல்கள். இசைக்கென உருவானவை. இசையின் வாயிலாக நாம் அனுபவம் அடையலாம் என்பது வேறு. வார்த்தை யனுபவம் இவற்றில் முதன்மைபெறவில்லை என்பது நிதரிசனம். ஆனால் ஒன்று சொல்லலாம்-தியாகையரின் தெலுங்குக் கீர்த்தனைகள், ஊத்துக்காடு வேங்கடசுப்பையரின் தமிழ்க் கீர்த்தனைகள் - எதுவாக இருந்தாலும், அவர்களுடைய மேலான நோக்கத்தைக் கருதி- இறை வனைக் கருதிப் பாடப்பட்டவை அவை. அவற்றில் பொருளுக்காக, பணத்திற்காக, புகழுக்காக, பிரபலத்திற்காக, கைதட்டலுக்காக மானிடனைப் பாடும் இயல்போ, மானிடனுக்காகப் பாடும் இயல்போ இல்லை. அந்த அளவில் அவற்றைப் பாராட்டலாம். ஆனால், பழங் கருத்துகளையே திரும்பச் சொல்பவை, வலியுறுத்துபவை என்ற முறையில் அவை பாராட்டத்தக்கவை அல்ல. குறிப்பாக அவற்றின் கருத்துகள் ஆதிக்கச் சொல்லாடல்களுக்குத் துணை நிற்கக்கூடியவை என்ற வகையில் அவற்றின் மதிப்பினை நாம் அளவிடவேண்டும்.

5

கவிதை அனுபவம்

தமிழின் இரண்டாயிரம் ஆண்டுக்காலக் கவிதை வரலாற்றில் எல்லாக் கவிதைகளையும் ஒரே மாதிரியாக அணுகுவது சாத்தியமல்ல. தமிழின் ஆரம்பகாலப் புதுக் கவிதைகளை அடிப்படையாக வைத்து கவிதையை அணுகுவது பற்றி இவ்வியலில் பார்க்கலாம். கவிதை என்னும் முறையில் புதுக்கவிதையும் கவிதைதானே? எனவே கவிதையின் பண்புகளைப் பற்றித்தான் இங்கும் பார்க்கப்போகிறோம். நாற்பதுகளில் *தினமணி ஆண்டுமலர், கிராம ஊழியன்* போன்ற இதழ்களில் புதுமைப்பித்தன், கு.ப. இராஜகோபாலன், ந. பிச்சமூர்த்தி போன்றோர் எழுதிய கவிதைகள் புதுக்கவிதை இயக்கத்திற்கு வித்திட்டன. 1959இல் தொடங்கிய *எழுத்து* இதழ் புதுக்கவிதைக்கு ஓர் உத்வேகம் அளித்தது. அதன்பிறகு நடை, கசடதபற, அஃ, வானம்பாடி, ழ, மீட்சி, ஸ்வரம் என்று கவிதை வளர எத்தனையோ இதழ்கள். 1970களின் இறுதியில் புதுக்கவிதை தனக்கென ஓர் இடத்தைத் தமிழ் இலக்கியத்தில் பெற்றது.

புதுக்கவிதை என்றால் யாப்பற்ற கவிதை; யார் வேண்டுமானாலும் எது வேண்டுமானாலும் எழுதிப் புற்றீசல் போல, வார, நாளிதழ் களிலும், ஏன்-இலக்கியச் சிற்றிதழ்களிலும்கூட வெளியிடலாம் என்ற மனப்பான்மை எண்பதுகளில் ஏற்பட்டுவிட்டது. வேடிக்கைத் துணுக்குகள், விடுகதைகள் எல்லாம் புதுக்கவிதை என்று வெளிவரத் தொடங்கிவிட்டன.

சமத்காரத்தன்மை

யாப்பற்ற கவிதை என்றால் கட்டற்ற கவிதை அன்று. யாப்பில் அமைந்தாலும் அமையாவிட்டாலும் கவிதையும் எழுதலாம்; கவிதை யாகாமலும் எழுதலாம். கவிதை இன்னது என்று இலக்கணம் கூறுவது கடினம் என்பதைமுன் இயலில் பார்த்தோம். அதில் கூறப்பட்ட அனுபவ அணுகுமுறை வாயிலாக ஓரளவு கவிதையின் குணங்கள் என்ன என்று அறிய முற்படலாம்.

கவிதை அனுபவம் 39

எல்லோரும்
இடிக்க வருகிறார்கள்
கட்டத்தான் ஆளில்லை

கவிஞர் எதை/யாரை நினைத்து இதனை எழுதியிருந்தாலும், இதனைப் படிக்கும்போது ஓர் அவலத்தின் சோகம் புலப்படுவதற்கு மாறாக, சிரிப்புதான் வருகிறது. காரணம், இதன் மலிவான சிலேடை,

ஆசிட் பல்பும்
டைனமைட்டும் பெட்ரோலும்
இல்லாத அந்தக் காலத்தில்
பயன்பட்டது
சொற்றிறம்பாக்
கற்புக்கரசியின்
ஒற்றைமுலை.

இதைப் படித்தாலும் சிரிக்கிறோம். அதற்குக் காரணம் இங்கே ஒரு சமத்காரம் இருக்கிறது. கருட வாகனத்தில் வந்த திருமால் மூர்த்தத்தைப் பார்த்துவிட்டு, 'ஐயோ பருந்தெடுத்துப் போகிறதே பெருமாளை' என்று காளமேகப் புலவர் பாடவில்லையா, அந்த மாதிரி சமத்காரம். ஆனால் இந்த சமத்காரம் மட்டுமே கவிதையல்ல.

இன்றைக்குச் சமத்காரப் பேச்சு என்பதே கவிதையாகக் கருதப் படுகிறது. குறிப்பாகக் கவியரங்கக் 'கவிதை'கள் இப்படிப்பட்டவை. கவிஞர் பாலா (கவிதைப்பக்கம் என்ற நூலில்) எடுத்துக் காட்டிய சில உதாரணங்கள் இவை:

(தலைநரைத்த கவியரங்கத் தலைவரைப் பார்த்து)

'தமிழ்த்தேனில் தினம் குளித்துத் தலைநரைத்துப் போனவரே'

(அவர் கருப்பாக இருந்தால்)

'உரமான உன் உடல் கருத்திருக்கும் / உருகும் உன் கவிதைகளில் கருத்திருக்கும்'

(திருடிப் பிழைக்கும் கவிஞரை நோக்கி)

'நான் காப்பி குடிப்பதுண்டு, காப்பியடிப்பதில்லை'

இதுமாதிரிச் சுவைபடச் சொல்லல், ஒரு மேடைவியாதி. கைதட்டல் பெறும் வியாதி என்றும் சொல்லலாம்.

கவிதையைக் காண்பது

தொலைவில் புணரும்
தண்டவாளங்கள்

அருகில் போனதும்
விலகிப்போயின

இங்கே ஒரு சிறிய அனுபவம் கவிதையாக முயல்கிறது. வெளிப் படையாக நமக்குத் தோன்றும் தண்டவாளம் என்ற காட்சிக்கு அப்பால், தொலைவில் புணர்வதும், அருகில் போனால் விலகிப் போவதுமான விஷயம் என்பது, வேறு எதையோ உணர்த்த முயல்வது போல் தோன்றுகிறது.

தீக்குள் விரலை வைத்தால் நந்தலாலா - நின்னைத்
தீண்டுமின்பம் தோன்றுதையே நந்தலாலா

என்று சொல்லும்போது முன்பு உதாரணம் காட்டிய அடிகளைவிட ஏதோ உள் பாய்ந்து ஒரு மயக்கத்தை உண்டாக்குகிறது. இதைக் கவிதையின் சக்தி எனலாம். 'தீக்குள் விரலைவைத்தால் இன்பமாக இருக்கும்' என்று காரண காரியம் கடந்து ஓர் உண்மை பளிச்சிடுவது போல் தோன்றுகிறது. ஆகவே கவிதை என்பது முதன்மையாக ஓர் அனுபவத்தை உணர்த்துகிறது என்கிறோம். 'கவிதை என்பது சாதாரண மொழியைவிட, அதிகம் உணர்த்துகின்ற, அதிக தீவிரமாக உணர்த்து கின்ற ஒரு மொழி' என்று சொல்லலாம்.

புதுமைசெய்தல் என்பது கவிதையின் மிகமுக்கியமான ஓர் இயல்பு. கவிதை என்பது ஒரு தரிசன அனுபவத்தை மொழியில் கொண்டுவர முயல்கிறது. அனுபவத்தை எவ்வளவு உண்மையாகச் சொல்கிறது என்பதைப் பொறுத்திருக்கிறது அதன் தரம். இதில் பழைய கவிதை, புதுக்கவிதை என்ற வேறுபாடு கிடையாது. கவிதை மட்டும்தான் உண்டு. ஒரு சௌகரியத்துக்காக, பாரதிக்குப்பின் யாப்பில்லாமல் எழுதப்படும் கவிதைகளைப் புதுக்கவிதைகள் என்றும் யாப்புடன் எழுதப்படும் கவிதைகளை மரபுக்கவிதைகள் என்றும் சொல்கிறோம்.

அனுபவமைய நோக்கில், கவிதை வாழ்க்கை அனுபவங்களை உண்மையாகச் சொல்வது. அதுதான் முக்கியமானது. கவிஞன் புதிய ஆழமான அனுபவங்களைப் படிப்பவனுக்கு உருவாக்கித் தரமுயல் கிறான். வாசகன் அந்த அனுபவங்களை ஏற்கும் போது ஒரு விழிப் புணர்ச்சியையும் உலகினைப் பற்றிய புரிந்துகொள்ளலையும் அடை கிறான். இதனைப் பொய் என்று சொல்வது தவறு. எந்த நல்ல கவிதை யும் நமது அனுபவங்களை அகலப்படுத்துகிறது. ஆழமாக்குகிறது. விரிவுபடுத்துகிறது.

நீதிபோதனைகள், கோஷங்கள், சொல்விளையாட்டுகள்

இன்று கவிதையை அணுகுவதில் எத்தனையோ தவறான பார்வைகள்

உருவாகிவிட்டன. அவற்றில் ஒன்று, கவிதை கட்டாயம் வெளிப் படையாக ஏதோ ஒரு நீதியை போதித்தாக வேண்டும் என்ற நோக்கு. இன்னொன்று, கவிதை சமூக மாற்றத்திற்காக கோஷமிட வேண்டும் என்பது. 'மீட்சி' என்னும் கவிதை இதழை நடத்திய பிரம்மராஜன் ஒருசமயம் இப்படிக் கூறினார்: 'எங்கோ வெகுதொலைவில் சௌகரிய மாக உட்கார்ந்து கிராமங்களின் துயரங்களையும் உயிரோட்டங் களையும் எழுதுவது சாத்தியமில்லை. கைதட்டல் வாங்குவதற்காக இதைச் செய்பவர்கள் (அதிகமும் சோஷலிசக் கவிதை உண்டாக்கு பவர்கள்) தம் அனுபவ வெறுமையை சமஸ்கிருதச் சொற்களால் போர்த்தி மக்களுக்காக என்று வெளியிடுகிறார்கள். பேப்பரில் எழுது வதால் மட்டுமே புரட்சி விளையும் என்ற அசட்டுத்தனம் இவர்களில் அனேகம் பேருக்குக் குறையாமல் இருக்கிறது'.

புதியதொரு அனுபவத்தை, புதிய வேகத்தோடு சொல்வதால் மட்டுமே கவிதை ஆகமுடியும். இரண்டாயிரம் ஆண்டுகளுக்குமுன் சொல்லப்பட்ட அதே பழைய செய்தியை வெளியிடுவதால் புதுக் கவிதை வராது. இன்றைய காதல் கவிதைகள் பல அப்படித்தான் இருக்கின்றன. யாப்பில்லாமல் வந்துவிடுவதால் மட்டுமே புதுக்கவிதை ஆக முடியாது. போதாக்குறையாக மரபு அடைமொழிகளையும், மரபுச் சொற்களையும் மட்டுமே கொண்டு பலர் கவிதை எழுது கிறார்கள். கவிதைக்கு மரபு என்பதை ஆழமாகப் புரிந்துகொள்ளாமல் வெறும் உபயோகித்த வார்த்தைகளையே உபயோகிப்பதுதான் மரபு என்று தவறாகப் புரிந்துகொண்டு விடுகிறார்கள். தமக்குத் தோன்றிய சில விஷயங்களைத் தேர்ந்தெடுத்துக் கொண்டு வார்த்தை அலங்காரம் புனைகிறார்கள் பலர். இவற்றில் காண்பது ஒரு பொதுக்குரல். அவர் களுக்குச் சொந்தமாக ஒரு அனுபவம், தரிசனம் உண்டா என்பது தெரியவில்லை. மேம்போக்கான கழிவிரக்கத்தையும் மிகையுணர்ச்சி யையும் முரண்படுத்தலையும் தவிர்த்து உண்மையான உணர்ச்சியைப் பல கவிதைகளில் காணமுடிவதில்லை. சில விநோதமான கற்பனை களைப் பலகவிதைகளில் காண முடிகிறது. ஒரு சிகரெட்டினை,

தாடையில் வெள்ளை
உடையில் இருந்துபின்
நெடுநெருப்பில் பாய்
ரஜபுத்திர ராணி

என்று வருணிக்கும்போது வெறும் தமாஷ் என்ற நிலைக்கு அப்பால் போகவில்லை.

வெற்று முரண்படுத்தல்களும் கவிதை அல்ல.

> இவன் விற்பனைக்காகக்
> கற்பனை செய்பவனல்ல
> கற்பனை செய்ததை
> விற்பனைக்கு விடுபவன்

என்பதிலும் வெற்று முரண்படுத்தலையும் கற்பனை-விற்பனை என எதுகைக்கென எழுதுவதையும்தான் காணமுடிகிறது.

சொல் விளையாட்டுகளையும் நிறையக் காணமுடிகிறது.

> வசந்தமே வருக
> வசந்த மே வருக

என்பதில் சொல்விளையாட்டு இருக்கிறது.

> கம்பராமாயணத்தில் வாலிவதை
> கண்ணே நீ செய்வது வாலிபவதை

என்பதும் சொல்விளையாட்டுதான். சொல் விளையாட்டுகள் நிச்சய மாகக் கவிதை அல்ல. அவ்வாறே வெற்றுமுழக்கங்களும் கவிதையாவ தில்லை.

> அதிகார வர்க்கத்தின்
> ஆதிக்க முள்முனைகள்
> அடிமை ஆத்மாக்களைக் கீறும்போது
> நான் எரிமலையாய் வெடித்து
> அக்னிபுஷ்பங்களை வீசுவேன்

என்பது இதுபோன்ற வெற்று கோஷம்.

'மயன் கவிதைகள்' முன்னுரையில் க.நா.சு. எப்படி நல்ல கவிதை களை இனம் கண்டுகொள்வதென்று சொல்கிறார்:

வார்த்தைச் சேர்க்கை காதில் ஒருதரம் ஒலித்து உள்ளத்தில் மீண்டும் எதிரொலி எழுப்புகிறதா என்பது முதல் கேள்வி. இரண்டாவதாக, இன்றைய புதுக்கவிதை இன்றைய சிக்கல் தொனிக்க அமைந்திருக் கிறதா என்பது. இன்றைய வாழ்க்கைச் சிக்கலையும் புதிரையும் போலவே முதலில் புரியாதது போலிருந்து படிக்கப் படிக்கப் புரியத் தொடங்குகிறதா என்பது மூன்றாவது கேள்வி. நள்ளிரவில் விழித்துக் கொள்ளும்போது காரணமே இல்லாமல் மனத்தில் தானே தோன்றிப் புது அர்த்தம் வருகிற மாதிரி இருக்கிறதா? இது நான்காவது கேள்வி. எந்தக் கவிதையைப் படித்துவிட்டு இந்த நான்கு கேள்விகளுக்கும் ஆம், ஆம், ஆம், ஆம் என்று பதில் அளிக்கமுடிகிறதோ அந்தக் கவிதையை நல்ல கவிதை, உயர்கவிதை என்று நாம் முடிவு கட்டலாம்.

இந்தக் கவிதை இலக்கணத்தை நாம் ஏற்றுக்கொள்ள இயலும். இம்மாதிரி நல்ல கவிதைகள் சில எழுத்து பத்திரிகைக் காலத்தில் வெளிப்பட்டன. தருமு சிவராமு, வைத்தீஸ்வரன், தி.சொ. வேணு கோபாலன், சி. மணி போன்ற சிலர் நினைவுக்கு வருகின்றனர். பின்னர் நகுலன், ஞானக்கூத்தன் போன்றோரிடமிருந்தும் நல்ல கவிதை கள் பிறந்தன. ஞானக்கூத்தன் தமது கவிதை பற்றிய சிந்தனைகளை நூலாகவும் வெளியிட்டிருக்கிறார். கவிதையைப் பற்றிச் சொல்கிறார்- 'சிந்தனை, தெளிவு, சிக்கனம், ஆனந்தம், கவிதை'.

ஞானக்கூத்தனின் மேற்கண்ட கூற்றுக்கு இலக்கணமாக நகுலனின் பல கவிதைகள் அமைகின்றன. உதாரணமாக,

ராமச்சந்திரனா என்று கேட்டேன்
ராமச்சந்திரன் என்றார்
எந்த ராமச்சந்திரன்
என்று நான் கேட்கவில்லை
அவர் சொல்லவுமில்லை.

சொல்லவுமில்லை என்பதிலுள்ள உம்மை மிகவும் கவனிக்கத்தக்கது. இன்றைய வாழ்க்கையின் அந்நியப்பட்ட தன்மையைக் காட்டும் கவிதை இது.

ஒரு நல்ல சமூகக் கவிதை எப்படியிருக்கவேண்டும் என்பதற்கு உதாரணமாக, ஞானக்கூத்தனின் கீழ்வெண்மணி கவிதையை எடுத்துக் காட்டலாம்.

மல்லாந்த மண்ணின் கர்ப்ப
வயிறெனத் தெரிந்த கீற்றுக்
குடிசைகள் சாம்பற் காடாய்ப்
போயின
புகையோடு விடிந்த போதில்
ஊர்க்காரர் திரண்டு வந்தார்
குருவிகள் இவைகள் என்றார்
குழந்தைகள் இவைகள் என்றார் பெண்களோ
இவைகள்? காலி
கன்றுகள் இவைகள் என்றார்
இரவிலே பொசுக்கப்பட்ட
அனைத்துக்கும் அஸ்தி கண்டார்
நாகரிகம் ஒன்று நீங்க.

குறைந்த சொற்களில் இக்கவிதை எவ்வளவோ சொல்கிறது. பொசுக்கப்பட்ட பிறகு தான் ஊர்க்காரர்கள் திரண்டு வருகிறார்கள்.

வந்தபிறகு இவை கன்றுகளா, குழந்தைகளா, பிற பிராணிகளா, குருவிகளா என்று ஆராய்ச்சி செய்கிறார்கள். இறுதியாக இரவில் பொசுங்கிப் போன மனித உயிர்கள், பிற உயிர்கள் அனைத்திற்கும் அஸ்தி கண்டுபிடித்துவிட்டார்கள்-நாகரிகம் ஒன்று நீங்க! பாவம், கீழ்வெண்மணிச் சம்பவத்தில் பொசுங்கிப்போன நாகரிகத்தின் அஸ்தியும்கூடக் கிடைக்கவில்லை. முற்றிலுமாக நாசமாகிப்போய் விட்டது! 'நாகரிகம் ஒன்று நீங்க' என்பதில்தான் கவிதையின் சிறப்பு-முக்கியார்த்தம்-வெளிப்படுகிறது. கவிஞரின் தர்மம் சார்ந்த கோபம் வெளிப்படுகிறது. இங்கே பிரச்சாரம் இல்லை. சில தகவல்களை அடுக்கடுக்காகத் தரும் வழியில், வார்த்தைகள் பயன்படும் விதத்தில் இது கவிதையாகிறது. மேலும் இதன் சொற் பிரிப்பு விபரீதமாக இருப்பதையும் காணலாம். உதாரணமாகக் காலி என்ற பிரிப்பு, போயின என்ற தனிச் சொல் வாக்கியமாக அமைவது போன்றவற்றை கவனியுங்கள். நடந்த சம்பவத்தின் விபரீதத் தன்மையை எடுத்துக் காட்டுவதாக இச்சொற் பிரிப்புகள் அமைந்துள்ளன.

நல்ல சமூகக் கவிதைகளுக்கு உதாரணமாக ஆத்மாநாமின் சில கவிதைகளை எளிதாகக் காட்ட இயலும். அவரது சுதந்திரம் என்ற கவிதையின் கடைசிப்பகுதி இது.

ஏன் அக் கசடர்களைக் குறித்து
வருந்துகிறாய்
குமுறுகிறாய்
எழுத்துக்
கூட்டங்களைச் சேர்க்கிறாய்
உன் வேலை
உன் உணவு
உன் வேலைக்குப்
போய்வரச் சுதந்திரம்
இவற்றுக்குமேல் வேறென்ன வேண்டும்
சாப்பிடு
தூங்கு
மலங்கழி
வேலைக்குப் போ
உன்மீது ஆசை இருந்தால்
குறுக்கிடாதே.

தம்மைச்சுற்றி உலகில் என்ன நிகழ்ந்தாலும் பரவாயில்லை எனத் தன்னலமே பெரிதாக வாழும் மத்தியதரவர்க்க மனிதர்களைக் கிண்டலடிக்கும் கவிதை இது.

முழக்கங்கள் ஏன் கவிதையாவதில்லை?

- ஒரு காரணம், அவற்றில் நாம் காணக் கூடிய மிகையுணர்ச்சி. சவடால். அவை நம்பகத்தன்மையைப் போக்குகின்றன. இன்னொன்று, திரைப்படத்தில் பதினைந்து பேரை ஒரேநேரத்தில் அடித்து வெற்றி பெறும் கதாநாயகனின் பிம்பத்தில் இரசிகர் ஈடுபடுவதைப் போன்றதொரு ஒன்றுதலைத் (identification) தங்களுடன் அவை கேட்கின்றன, எதிர்பார்க்கின்றன.
- உடனடியான ஒன்றுதல் நிகழும் எதுவும் சிறந்த கலையல்ல.
- மூன்றாவதாக, நீங்கள்-நாங்கள் என்ற வேறுபடுத்தும் பாவனை யிலோ, நாம் என்ற ஒன்றுபடுத்தும் பாவனையிலோ அவை பிறருக்கு (குறிப்பாகத் தாங்கள் கடைப்பிடிக்காத) அறிவுரை களைச் சொல்கின்றன. கோஷம் போடுபவன் அதைக் கடைப் பிடிக்க வேண்டிய அவசியம் இல்லையல்லவா?

பல சிறந்த அரசியல் கவிதைகள் ஈழக்கவிஞர்களிடமிருந்து வெளிப் பட்டுள்ளன. அவற்றில் கோஷம் சிறிதும் கிடையாது. சேரன் குறிப்பிடத் தக்க ஒரு ஈழக்கவிஞர். அவரது இரண்டாவது சூரியஉதயம் என்னும் கவிதை எவ்வளவு சிறப்பாக அரசியற் பொருளைக் கையாள்கிறது என்பதைக் காணலாம்.

அன்றைக்குக் காற்றே இல்லை
அலைகளும் எழாது செத்துப்போயிற்று
கடல் மணலில் கால்புதைத்தல் என
நடந்து வருகையில்
மறுபடியும் ஒரு சூரிய உதயம்
இம்முறை தெற்கிலே
என்ன நிகழ்ந்தது?
எனது நகரம் எரிக்கப்பட்டது
எனது மக்கள் முகங்களை இழந்தனர்
எனது நிலம் எனது காற்று
எல்லாவற்றிலும்
அந்நியப் பதிவு
கைகளைப் பின்புறம் இறுகக்கட்டி
யாருக்காகக் காத்திருந்தீர்கள்?
முகில்கள் மீது நெருப்பு
தன் சேதியை எழுதியாயிற்று
சாம்பல் பூத்த தெருக்களிலிருந்து
எழுந்து வருக.

தமிழில் புதுக்கவிகள் சிலர்

எழுத்து காலத்திற்குப்பின்னர், ஞானக்கூத்தன், ஆத்மாநாம், இவர்களே அன்றி, தேவதச்சன், ஆனந்த், கல்யாண்ஜி போன்ற சிலர் கவிதைகள் குறிப்பிடத்தக்கனவாக அமைந்தன. எண்பதுகளுக்குப்பின் இவர்களிடம் தேக்கம் ஏற்பட்டது. அச்சமயத்தில் எழுதத்தொடங்கிய விக்கிரமாதித்தியன் சில நல்ல கவிதைகளை எழுதியுள்ளார். இவர்களை இங்கு சுட்டிக்காட்டக்காரணம், பல நல்ல கவிதைகளை உருவாக்கிய புதுக்கவிஞர்கள் தமிழில் மறக்கப்பட்டுவிட்டனர்.

தொண்ணூறுகளுக்குப் பின் குறிப்பிடத்தக்க புதிய எழுச்சி தோன்றியுள்ளது. குறிப்பாகப் பெண் கவிஞர்கள் மிகுதியாக எழுதத் தொடங்கியுள்ளனர். தலித் கவிஞர்கள் முழக்கப்பாணியிலிருந்து விடுபட்டு நல்ல கவிதைகளைப் படைக்கத் தொடங்கியுள்ளனர்.

கவிதை வாசிப்பில் தமிழ்க் கல்வியாளர்களின் பங்கு மிகக்குறைவு. வெறும் அரசியல் முழக்கங்களையும் புதுமையற்ற முரண்களையும் வார்த்தை விளையாட்டுகளையும் மட்டுமே புதுக்கவிதை என்று கணக்கிடும் காலம் எழுபதுகளிலேயே தமிழ்த் துறைகளில் வந்தாயிற்று. அதில் பெரிய மாற்றம் எதுவும் நிகழவில்லை. முக்கியமாகக் கவிதை என்பது சொல்லப்படும் பொருளன்று, சொல்லுகின்ற முறை (Poetry is not the thing said, but a way of saying it) என்பது இவர்களுக்குப் புலப்படவேயில்லை.

6

கவிதை வாசிப்புமுறை - 1

இனி, கவிதையை எப்படி வாசிப்பது, எப்படி அணுகுவது என்பது பற்றிச் சொல்லியாக வேண்டும். முதலில் கவிதையை எப்படி வாசிப்பது?

வாசிக்கும் முறை

கவிதையை ஒருமுறைக்குமேல் வாசியுங்கள். ஒரு பீத்தோவன் சிம்ஃபனியை எப்படி ஒரே முறை கேட்பதால் மட்டும் முழுமையாகச் சுவைத்துவிட முடியாதோ, அதுபோலவே ஒரு நல்ல கவிதையின் அர்த்தத்தை ஒருமுறை வாசிப்பதால் மட்டுமே அறிந்துவிடமுடியாது. ஓரளவு அர்த்தத்தைப் புரிந்துகொள்ள இரண்டு வாசிப்புகள் தேவைப் படலாம். அக்கவிதை கலைத்தன்மை உடையதாக இருப்பின் ஒவ்வொரு வாசிப்புக்கும் தக்க பயனளிக்கும். ஒரு கவிதை செய்தித்தாள் அல்ல. வேகவேகமாகப் பார்த்துவிட்டுக் கடைக்குப் போட்டுவிட. ஒருவர் மனத்திரையில் வைக்கவேண்டிய பொக்கிஷம் அது. மேற்கண்ட பீத்தோவன் சிம்ஃபனி போன்ற நல்ல இசையை ஒருமுறை கேட்டு விட்டு ஒருவரும் மறந்துவிடுவதில்லை. ஒரு நல்ல சித்திரத்தை ஒருமுறை பார்த்துவிட்டு ஒருவரும் வீசியெறிந்து விடுவதில்லை.

பக்கத்தில் ஒரு நல்ல அகராதியை வைத்துக்கொண்டு, அடிக்கடி பயன்படுத்துங்கள். வார்த்தைகள் எல்லாவற்றிற்கும் நமக்குப் பொருள் தெரிந்துவிட்டது என்று எவரேனும் நினைத்தால் அது பிழையாகும். ஒவ்வொரு சொல்லும் சந்தர்ப்பத்திற்கேற்பப் பொருள் தரக்கூடியது. தமிழ் போன்ற இரண்டாயிரம் ஆண்டுக்குக் குறையாத பாரம்பரியம் உடைய மொழியில் இவ்வளவு ஆண்டுகளாகக் கவிதைகளில் பயன் படுத்தியிருக்கும் சொற்களை அறிவது ஒருவரது சொற்களஞ்சியத்தின் அளவைப் பலமடங்கு விரிவாக்கும். சொற்களைப்பயன்படுத்தும் வழிமுறைகளைச் சொல்லிக்கொடுக்கும். ஒரு நல்ல அகராதியின்றிக் கவிதைகளைப் படிப்பது, குறிப்பாகப் பழங்கவிதைகளைப் படிப்பது, பந்தில்லாமல் டென்னிஸ் விளையாடுவதுபோல. வேறுசில நல்ல

பார்வை நூல்களும் அவசியம். குறிப்பாக, தமிழகத்தில் வழங்கிவரும் பழங்கதைகள், புராணக் கதைகள் பற்றிய ஒரு பார்வை நூல் இருந்தால் மிகவும் பயன்படும். [ஆனால் தமிழகத்திலோ மாணவர்கள் மட்டும் தான் அகராதியைப் பயன்படுத்துகிறார்கள், அவர்களும் ஆங்கிலம்-தமிழ் அகராதியை மட்டுமே பயன்படுத்துகிறார்கள். தமிழைப் பொறுத்த வரை அவர்கள் நம்பியிருப்பது உரைநூல்கள்தான்.]

நமது கவிஞர்களுக்குத் 'தங்களுக்கு எல்லாம் தெரியும்' என்ற எண்ணம் அதிகம். (குறிப்பாக, ஷ-க்ஷ வேறுபாட்டைக்கூடத் தெரிந்து கொள்ளாமல், அதைச் சுட்டிக்காட்டியும் புரிந்துகொள்ளாமல், தமது பெயரையே தவறாக எழுதிவந்த சில கவிஞர்களை அறிவேன்.)

படிக்கும்போது கவிதையின் ஓசை மனக்காதில் ஒலிக்கவேண்டும். கவிதை முதன்மையாகக் கேட்பதற்காகத்தான் இயற்றப்படுகிறது. அதனால்தான் அதில் ஓசைநயம் முக்கியமாகிறது. அச்சின் வாயிலாக அன்றிக் காதினாலும் கவிதையின் அர்த்தத்தை உணர்கிறோம். எனவே ஒவ்வொரு சொல்லும் முக்கியமானது. ஒரு நல்ல கவிதையை, எவ்வளவு மெதுவாக வாசிக்க முடியுமோ அவ்வாறு வாசிக்கவேண்டும். உரக்கப் படிக்க முடியாவிட்டால் உதட்டசைவினாலாவது படியுங்கள்.

கவிதை என்ன சொல்கிறது என்பதில் எப்போதும் கவனத்தோடு இருங்கள். கவிதையின் சொற்களின் சப்தத்தில், ஒலிநயத்தில் ஈடுபட வேண்டும் என்றாலும், ஒலிநயத்திலேயே தன்னை இழந்து அதன் கருத்தை கவனிக்காத அளவுக்குச் செல்லக்கூடாது. ஒலியில் ஈடுபடும் போதும் தொடர்ச்சியாக அதன் சிந்தனையின்மீது கவனம் இருந்து கொண்டே இருக்கவேண்டும். அதன் முழு உட்பொருளையும், குறிப் பர்த்தங்களையும், தொனிப்பொருளையும் கண்டறியும் அளவுக்கு அதில் ஈடுபடவேண்டும். *ஒரு கவிதை குறைந்தசொற்களில் மிகஅதிக மாகச் சொல்ல முயல்கிறது.* குறிப்பாகச் சங்கக் கவிதைகள் போன்ற வற்றைப் படிக்கும்போது எந்தப் பெயர்ச் சொல் எந்த வினையோடு பொருந்துகிறது என்பதைக் கண்டுபிடிக்கவே பல வாசிப்புகள் தேவைப் படலாம்.

கவிதைகளை உரக்கப்படியுங்கள். படிக்கும்போது பக்கத்தில் நண்பர் எவரேனும் இருந்து கேட்பதும் நல்லது. அவரும் அக்கவிதையில் ஈடுபடும் வண்ணம் வாசியுங்கள். கவிதையை நேசத்தோடு வாசியுங்கள். ஆனால் போலியான உச்சரிப்பு, குரல் ஏற்ற இறக்கங்களோடு வாசிக்கலாகாது. கவிதையை உரைநடை போலவும் வாசிக்கலாகாது, அதேசமயம், மிகப்போலியான, மிகையான அழுத்தங்களோடும் வாசிக்கலாகாது. இந்த இரண்டு முறைகளுமே தவறானவை. ஒரு கவிதையை இயல்பாக,

உணர்வு பூர்வமாக வாசிக்கும்போது கவிதை தானாகவே தனது உணர்ச்சியைப் புலப்படுத்தும்.

மிக மெதுவாக வாசிப்பதைவிட மிகவேகமாக வாசிப்பது தவறு. ஒவ்வொரு வார்த்தையும் மனத்திற் பதியும்வண்ணம் ஆழ்ந்துவாசிப்பது நல்லது. கேட்பவர் ஒருவரை எதிரில் அமர்த்தி வாசிக்கச்சொல்வதன் நோக்கம், அவருக்குக் கவிதைப் பிரதியைக் கண்ணால் பார்க்கும் வாய்ப்பிருக்காது. அவருக்கும் கேட்கும்போதே அர்த்தம் உட்செல்லும் வண்ணம் வாசிப்பதுதான் பயன்தரும்.

கவிதையை வாசிக்கும்போது அதன் சந்தம் புலப்படவேண்டும், ஆனால் மிகையாகவோ, போலியாகவோ தெரியக்கூடாது. கவிதைக்கும் நிறுத்தற்குறிகள் உண்டு. அவை எதற்காகப் பயன்படுத்தப்பட்டுள்ளன என உணர்ந்து வாசிப்பது மிகவும் முக்கியம்.

சாதாரணமாக, வாசிப்பதில் பயிற்சியற்றவர்கள், ஒவ்வொரு அடியையும் தனித்தனி முடிந்த சிந்தனையலகாகக் கருதி வாசிப்பார்கள். எனவே தானாகவே அவர்களது குரல் அடியின் இறுதியில் தாழ்ந்து விடும்.

சங்கக்கவிதைகள், கம்பராமாயணப் பாக்கள், கலிங்கத்துப்பரணி, பிள்ளைத் தமிழ்நூல்கள், வள்ளலாரது பாக்கள், தாயுமானவரது கவிதைகள், திருப்புகழ் போன்ற நூல்களை வாசிப்புப் பயிற்சிக்காகவே நிச்சயம் படிக்கவேண்டும்.

புதுக்கவிதைகளை அடிக்கேற்ப வாசிக்கவேண்டும். பழைய கவிதை களை வாசிக்கும்போது அவற்றின் யாப்புக்கேற்ப, சீர் பிரிப்புக்கேற்ப வாசிக்க வேண்டும். சான்றாக,

ஊர்க்குறு/மாக்கள்/வெண்கோடு/கழாஅலின்/
நீர்த்துறை/படியும்/பெருங்களிறு/போல/
இனியை/பெரும/எமக்கே/மற்றதன்/
துன்னரும்/கடாஅம்/போல/
இன்னாய்/பெருமநின்/ஒன்னா/தோர்க்கே (ஔவையார்)

எனச் சீர் அலகுகள் தவறாமல் வாசிக்கவேண்டும். அளபெடையை வாசிப்பதில் தமிழாசிரியர்களும் தவறு செய்கிறார்கள். கழாஅலின் என்பதைக் கழா-அலின் என்று வாசிக்கிறார்கள். கடாஅம் என்பதைக் கடா-அம் என்று படிக்கிறார்கள். இது தவறு. அளபெடை என்பது ஒலி நீட்டிப்புக்கான அடையாளம்தான். எனவே கழாஅலின் என்பதைக் கழாாலின் (kazhaaalin) என்பது போல, கடாஅம் என்பதைக் கடாாம் (kataaam) என்பதுபோல வாசிக்கவேண்டுமே தவிர அளபெடையிலுள்ள

அகரம், இகரம், உகரங்களையெல்லாம் தனி ஒலி அந்தஸ்து தந்து வாசிக்கக் கூடாது. புதுக்கவிதை ஒன்று:

இருப்பதற்கென்றுதான்
வருகிறோம்
இல்லாமல்
போகிறோம்   (நகுலன்)

புதுக்கவிதைகளைச் சீர்பிரித்து வாசிப்பதைவிட, அடியலகு முறைப்படி வாசிக்க வேண்டும்.

இருப்பதற்கென்றுதான் (சற்றே நீண்ட இடைவெளி-pause);
வருகிறோம் (மறுபடி, ஆனால் சற்றே குறுகிய இடைவெளி);
இல்லாமல் (கொஞ்சம் நீண்ட இடைவெளி);
போகிறோம் (நிறுத்தம்).

முதலடியிலுள்ள 'தான்' என்பதிலும் மூன்றாமடியிலுள்ள 'இல்லாமல்' என்பதிலுமுள்ள நெடில்களைச் சற்றே நீட்டி வாசிக்கவேண்டும்.

'இருப்பதற்கென்றுதான் / வருகிறோம்' என்ற இடத்தில் 'ஆனால்' என்ற ஒரு சொல் இடப்பட்டிருந்தால் இது கவிதையாகியிருக்காது என்பது கவனிக்கத்தக்கது. எனவே சரியான இடைவெளி தந்து வாசித்தல் முக்கியம். இப்படி வாசிக்கப் பயில வேண்டும்.

சந்தப்பாக்களை வாசித்துப்பழகுவதும் நல்ல கவிதையுணர்ச்சியை வளர்த்துக்கொள்ளத் துணை செய்யும். குறிப்பாக அருணகிரிநாதரின் பாக்கள், தாயுமானவரின் பாக்கள், அண்ணாமலைரெட்டியார் காவடிச் சிந்து போன்றவை இவ்வகையில் உதவக் கூடியவை. கந்தரனுபூதியின் ஒரு பாட்டு:

அறிவொன் றறநின் றறிவா றறிவிற்
பிரிவொன் றறநின் றபிரா னலையோ
செறிவொன் றறவந் திருளே சிதைய
வெறிவென் றவரோ டுறும்வே லவனே

இம்மாதிரிப் பயிற்சிக்காகவே, முன்னாட்களில் சிறார்களுக்குச் சிறுவகுப்புகளில் ஆத்தி சூடி, உலகநீதி, கொன்றைவேந்தன், நல்வழி போன்ற நீதிநூல்களைப் பயிற்றுவிக்கும் வழக்கம் இருந்தது. புதிய பயிற்றுமுறைகளும், ஆங்கிலக்கல்வியும் வந்து தமிழின் கவிதை வாசிப்பு மரபினைத் தகர்த்தெறிந்துவிட்டன.

கவிதை வாசிப்புமுறை-1 ✤ 51

7

கவிதை வாசிப்புமுறை - 2

இனி, கவிதையை எப்படி அணுகுவது என்பது பற்றி. முன்இயலில் கவிதை ஒரு விளையாட்டு என்பது விளக்கமாகச் சொல்லப்பட்டது. அதில் வாசகர் தம் பங்கினைச் செலுத்த முனைவதுதான் அவரது அணுகுமுறை.

கவிஞரின் குரலா?

பொதுவாக, பள்ளிக்கூட, கல்லூரி, தமிழ் வினாத்தாள்களில் சில கேள்விகளைப் பார்க்கலாம். கவிஞர் என்ன கூறுகிறார்? கவிஞரது கருத்து யாது? கவிஞர்தம் சிந்தனைகள் எப்படி வெளிப்படுகின்றன? இம்மாதிரி, கவிதையில் பேசும் குரல் கவிஞருடையது என்று மட்டுமே கருதக்கூடாது. எந்தஒரு கவிதையும் அதன் ஆசிரியரது குரல் அல்லது ஆசிரியரின் கருத்துத் தொகுப்பு என நினைப்பது முற்றிலும் தவறான பார்வை. எந்தக் கவிதையானாலும் சரி-தன்னுணர்ச்சிக் கவிதையே ஆனாலும் அல்லது நாடகப்பாங்கான கவிதையானாலும், யார் அதைச் சொல்கிறார்கள், எந்தச் சந்தர்ப்பத்தில் என்ற கேள்வியை எழுப்ப வேண்டும்.

எல்லாக் கவிதைகளையும் நாடகப் பாங்குடையவை என்று கருதுவது சிறப்புடையது. தன்னுணர்ச்சிக் கவிதையிலும், அக்கவிதைக் குரல், ஒரு புனையப்பட்ட பாத்திரத்தின் ஒலியாக வெளிவருகிறதே அன்றி, அது கவிஞரின் குரல் அல்ல. சான்றாக,

> அவளின் பார்வை
> காயங்களுடன்
> கதறலுடன் ஓடி
> ஒளியுமொரு பன்றியைத்
> தேடிக் கொத்தும்
> பசியற்ற காக்கைகள்

என்னும்போது இது கற்பனையான ஒரு காதலனின் குரல் என்று காணவேண்டுமே அன்றி, கலாப்ரியாவின் குரல் என்று காணக்கூடாது.

ஒரு கவிஞர் தமதுகவிதையைத் தாமே பேசுவதாக வைத்துக் கொண்டால்கூட, அவர் குறிப்பிட்ட முகவரியில் வசிக்கும் இன்னாராக - தனிமனிதராக நின்று கவிதையை எழுதுவதில்லை, மாறாக ஒரு பெரிய மக்கள் திரளின் பிரதிநிதியாகத்தான் அதனைச் சொல்கின்றார் அல்லது எழுதுகின்றார். மேலும் கவிதையில் காணப்படும் எந்த ஒரு சந்தர்ப்பத்தையும் செயலையும் கவிஞரின் வாழ்க்கையோடு தொடர்பு படுத்திக் காண்பதில் மிக எச்சரிக்கையாக இருக்கவேண்டும். ஒரு நாவலாசிரியர் தக்க மாற்றங்களைத் தம் கதையில் உருவாக்கிக் கொள்வதுபோல, ஒரு நாடகாசிரியர் புதிய கற்பனைப் பாத்திரங் களைக்கூட அமைத்துக்கொள்வதுபோல, கவிஞரும் எல்லாவகையிலும் புதிய மாறுபாடுகளையும், சூழல்களையும், கதாபாத்திரங்களையும் உருவாக்கிக் கொள்கிறார். இதனால் கவிதை உலகளாவியதாக- உலகப் பொதுவானதாக மாற்றம் பெறுகிறது. இதனால்தான் சங்க அகக் கவிதை களில் 'சுட்டி ஒருவர் பெயர்கொளப் பெறார்' என்ற விதியே இருந்தது.

உணர்ச்சி வெளிப்பாடு

ஒரு குறிப்பிட்ட பாத்திரத்தின் வாயிலாகக் கவிஞரின் குரல் வெளிப் படும் போது அந்தச் சூழலுக்கேற்ற நிலையில் உணர்ச்சி வெளிப்படுமே அன்றி மிகையாக வெளிப்படாது. கவிதை, உணர்ச்சி வெளிப்பாடு என்பதும் தமிழ்ச் சூழலில் தவறாகவே புரிந்துகொள்ளப்பட்டிருக் கிறது. உணர்ச்சி வெளிப்படச் சரியான அறிவார்த்தப் பின்னணியும் வேண்டும். ஒரு சூழலுக்கேற்ற வெளிப்பாடும் தக்க அறிவார்த்தப் பின்னணியும் இல்லாமற் போகும்போதுதான் கவிதை மிகையுணர்ச்சி கொண்டதாகி விடுகிறது. குறிப்பாகப் பாடல்கள் அல்லது பாட்டுகள் என்பவற்றில் இந்த ஆபத்து அதிகம்.

இடைவெளி

பொதுவாக, நல்ல கவிதைகளை அணுகும்போது அவற்றிலுள்ள இடைவெளிகள், மௌனங்கள் ஆகியவற்றில் கவனம் செலுத்த வேண்டும். இடைவெளி (gap) என்பது நம் பேச்சிலும் காணப்படுவது தான். ஒரு விஷயத்தைவிட்டு இன்னொன்றுக்குக் கவிதை தாவும்போது இது ஏற்படுகிறது. உதாரணத்திற்கு ஒரு கவிதை.

கதவைத் திற காற்று வரட்டும்
சிறகை ஒடி
விசிறியின் சிறகை ஒடி

விசிறிக்குள் காற்று
மலடிக்குக் குழந்தை...
சிலையை உடை
என்
சிலையை உடை
கடலோரம் காலடிச் சுவடு
கதவைத் திற காற்று வரட்டும்

இக்கவிதையில் கதவு, விசிறியின் சிறகு, சிலை போன்றவை படிமங்களாக வருகின்றன. ஆனால் இவற்றுள் கதவு என்பது மட்டும் குறியீட்டின் அந்தஸ்திற்கு உயர்கிறது. பிற படிமங்கள் இதனைச் சார்ந்து செயல்பட மறுக்கின்றன. காரணம், இடைவெளி.

'கதவைத் திற காற்று வரட்டும்' என்ற அடிக்கும், 'சிறகை ஒடி, விசிறியின் சிறகை ஒடி, விசிறிக்குள் காற்று மலடிக்குக் குழந்தை' என்ற அடிக்கும் ஓர் இடைவெளி இருக்கிறது. வாசிப்புப்பழக்கமற்றவர்கள் கவிதைக்குள் இடைவெளி அல்லது மௌனம் செயல்படும்போது அவற்றைக் கடக்காமல் கவிதை புரியவில்லை என்று ஒதுக்கி விடுகிறார்கள். கதவைத்திறந்தால் இயற்கையாகக் காற்று வரும்; விசிறியினால் காற்றை உற்பத்தி செய்யமுடியாது; ஆகவே விசிறிக்குள் காற்று இல்லை; அது சுற்றிவிடுவது செயற்கைக் காற்றுதான் என்று காணும்போது இடைவெளி குறைகிறது. காற்று என்பது புதிய சிந்தனைகள், வாழ்விற்கான மூலாதாரம் என்றெல்லாம் பொருள் படுத்தும் போதும், விசிறி என்பது நட்சத்திர விசிறிகளையும் (fans, fanatics) குறிக்கும் என்னும் போதும் பொருள் இன்னும் விரிகிறது.

சிலையை உடை என்பது கதவைத்திற என்பதோடும், கடலோரம் காலடிச்சுவடு என்பதோடும் எவ்வாறு தொடர்புபடுகிறது? சிலை செய்தல் என்பது ஒருவரை பிம்ப மாக்கி வழிபாடு செய்தல். தொடர்ந்து வளரும் சிந்தனைக்கும் ஜனநாயகத் தன்மைக்கும் சிலைவழிபாடு ஒத்துச் செல்லாது. கடலோரம் காலடிச் சுவடு என்பது சிலை வைக்கப்பட்டவர் களின் செல்வாக்கும் நிலையானதன்று என்கிறது. இப்படிக் கவிதை இடைவெளிகளைக் கூர்ந்து கவனிக்க வேண்டும். இது தமிழ்க் கவிதைக்கு (ஏன், உலகெங்கிலும் உள்ள எந்தக் கவிதைக்கும்) புதியதன்று. பழங்காலத்தில் கூற்றெச்சம், குறிப்பெச்சம் என்று குறித்தவை கவிதை இடைவெளியைத் தான் எனக் கொள்ள முடியும்.

மௌனம்

மௌனம் என்பது கவிதையில் தொடர்புற்ற ஒரு செய்தி வருமென

எதிர்பார்க்கும்போது அது சொல்லாமல் தவிர்க்கப்படுதல். பொதுவாகக் கவிதை, தொடர்புபடுத்தலில் குறைத்தன்மை கொண்டது. தேவையான செய்திகளை வாசகர்கள்தான் இட்டு நிரப்பிக்கொள்ள வேண்டும். அதுதான் கவிதைக்கு ஓர் ஆழத்தையும் வீச்சையும் தருகிறது. சங்கக் கவிதைகளும் இப்படிப்பட்டவைதான். சங்கக் கவிதைகளுக்கான மௌனங்களை நாம் கடக்கமுடியாமல் போய்விடுவோமோ என்ற அச்சம்கொண்ட சிலர் பிற்காலத்தில் அவற்றிற்கான திணை, துறைக் குறிப்புகளைச் சேர்த்து நம் வேலையை எளிதாக்கிவிட்டார்கள். இக்குறிப்புகள் இல்லாமலேயிருந்தால் இன்னும் நாம் அவற்றை அனுபவிக்கின்ற தன்மை நிச்சயமாக மேம்பட்டிருக்கும். ஓவ்வோர் அகப் பாட்டும் எந்தச் சூழலில், யார்-யாருக்குக் கூறுவதாக அமைகிறது என்று யூகிக்க முனைவதே ஓர் அறிவார்த்தமான விளையாட்டுதானே? மீண்டும் பசுவய்யாவின் கவிதை ஒன்று:

துளசி / மகத்துவ இலைகளுடன் / தென்றலுக்குக் குலுங்குகிறது / மகத்துவமாய்க் கழியும் அதன் நாட்கள்
இரண்டு சொட்டு எண்ணெய்க்கு / இக்கிணற்றின் நாட்டு ராட்டு / எடுத்துவரும் ஓலம் / காற்றில் கரைகிறது
ஓட்டைவாளி / உலர்ந்த கிணற்றடியில் / ஈரம்பண்ணி / அதன்மேல் தொப்பென்று சரிந்திருக்கும் / ரோகக் கிழவிபோல்...
பானைநிமிர / சுடுசோறு சிப்பில் ஏந்தி / படியிறங்கிவந்த கரங்கள் / காலம் மென்றதுஅறியாத / குருட்டுக் காகங்கள் / பாத்ரூம் கூரையில் காத்து /
இடம் மாறி அலுக்கின்றது /
நாட்டு ராட்டுக்கு எண்ணெய் இல்லை / கொடித்துணிகளுக்குத் தெரியும் /
அவை படும் அலைக்கழிப்பு / கொடிக்கம்பிக்கும் கொஞ்சம் தெரியும்
துளசி / மகத்துவ இலைகளுடன் / இளைய ராணிபோல்/
பீடத்தில் கொலுக்கொண்டு / குலுங்குகிறது.

இந்தக் கவிதை, யார் சொல்கிறார்கள், யாருக்கு என்ற விஷயங்களைச் சொல்லாமலே விட்டு விடுகிறது. மேலும் கவிதையினுள் வரும் 'சுடுசோறு சிப்பில் ஏந்தி படியிறங்கி வந்த கரங்கள்' யாருடையவை என்றும் சொல்லப்படவில்லை. இவை கவிதையில் உள்ள முக்கியமான மௌனங்கள். ஆனால் சற்றே கூர்ந்து வாசித்தால் இதுவும் சங்கக் கவிதைப் பாணியிலுள்ள, 'முல்லையும் பூத்தியோ ஒல்லையூர் நாட்டே' என்ற பாணியிலான, ஆனால் அகத்துறை சார்ந்த ஒரு கையறுநிலைக் கவிதை என்பதை உணரமுடியும்.

ஒருவேளை இதுபோன்ற கவிதைகளுக்கும் திணை துறைக்குறிப்பு எழுதிவைத்தால் மாணவர்களுக்கு உதவியாக இருக்கலாம். ஆனால் இரசிகத்தன்மையையும், அதைவிடக் கவிதையை அணுகும் முறையையும் கற்றுத்தர முடியாது.

'நாட்டு ராட்டு எடுத்துவரும் ஓலம்' 'வாளி ரோகக் கிழவிபோல் சரிந்திருக்கும்' 'காகங்கள் இடம் மாறி அலுக்கின்றன' 'கொடித் துணிகள்-கொடிக்கம்பியின் அலைக் கழிப்பு' போன்ற படிமங்கள், ஒரு அவலத்தை உணர்த்துகின்றன. பார்வையாளனும் பேசுபவனும் 'சுடுசோறு சிப்பில் ஏந்தி வந்த கரங்'களுக்குரிய பெண்ணின் கணவனாகவோ தந்தையாகவோ அல்லது மிக நெருக்கமான உறவினனாகவோ (மகன், சகோதரன்) இருக்கக்கூடும். இந்தச் செய்திகளை யூகிக்கச் சொல்வது கவிதையின் மௌனம். ஆனால் 'துளசி மகத்துவ இலைகளுடன் குலுங்குகிறது' ஏன்? இதுதான் கடக்கவேண்டிய இடைவெளி. சாத்தன் இறந்தபின்னும் முல்லையும் பூக்கிறதே, ஏன்? 'பூக்கலாமா நீ?' என்று கேட்பதில்தான் ஆழ்ந்த சோகம் வெளிப்படுகிறது.

கவிதை என்றைக்கும் புதுமை புனைவது. வெளிப்படையாக எல்லோருக்கும் தெரிந்ததைச் சற்றேனும் ஆழமாக்காமல் கூறுவதில் கவிதை இல்லை. முதலில் கவிதைச் சொற்களோடும், பின்னர் அது உணர்த்தும் அனுபவத்தோடும் விளையாட வாசகன் கற்றுக்கொள்ள வேண்டும். அதன் குரல் என்ன, அதன் சந்தம் எப்படி உதவுகிறது, அதனுடைய அமைப்பு என்ன என்பனவற்றையெல்லாம் கவனிக்க வேண்டும். பிறகு கவிதையின் மையநோக்கத்தை இவற்றுடன் தொடர்புபடுத்திப் பார்க்கவேண்டும். அது எவ்வளவு தூரம் முழுமையாகத் தன் நோக்கத்தை அடைந்துள்ளது, சாதித்துள்ளது என்பவற்றை நோக்க வேண்டும்.

கவிதையைப் படித்துணர மொழித்திறன் மட்டுமே போதுமானதல்ல. இலக்கியத் திறனும் தேவை. மொழிக்கு ஏற்புடைய விரித்தல் உத்திகள், அவ்வச் சூழலின் கருப்பொருள்கள், அச்சமூகத்தின் கருத்தமைவுகள், புராணிகங்கள், அச்சமூகத்தின் மற்றப் பிரதிகளோடுள்ள வாசகத்தொடர்பு போன்றவற்றின் ஒட்டுமொத்தத் தொகுதியே இலக்கியத்திறன் என்பது. பிரதியில் எங்கெங்கு இடைவெளிகள், செறிப்புகள் (compressions-முழுமைபெறா வருணனைகள், மேற்சுட்டல்கள், மேற்கோள்கள் போன்றவை) இருப்பினும் அவை வாசகரை நிறைவு செய்யத் தூண்டுகின்றன. இதுவரை கூறியதை முதல்நிலை வாசிப்பு அல்லது கண்டுணர் வாசிப்பு எனலாம்.

இலக்கியம் என்பது ஒரு பிரதிக்கும் வாசகருக்குமான ஊடாட்டத்தின் விளைவு. இலக்கியம் என்னும் பரந்த களத்தில் கவிதையைப் பிரதி

என்ற கருத்தாக்கத்தை வைத்தே பெருமளவு நோக்கமுடியும். பிரதி என்ற தளத்திற்கு அப்பால், அதன் கருத்தமைவினை, உணர்வை ஏற்றுக் கொள்வதற்கான அர்த்தப்படுத்தும் முறை சுதந்திரமான சிந்தனையால் உருவாகிறது.

கவிதையின் அடிப்படையிலான சுதந்திரச் சிந்தனை இருக்கிறதே, அதுதான் முக்கியமானது. விமரிசன நோக்கு ஒரு துறையில் உருவாகும் போது பிறதுறைகளுக்கும் தாவிச் செல்கிறது. ஆகவேதான் எந்த அரசாங்கமும் எழுத்தாளர்களைக் கண்டு, கவிஞர்களைக் கண்டு அஞ்சுகிறது. ஒரு விஞ்ஞானி தன் எஜமானுக்கு அடிமையாக இருக்க முடியும்: ஒரு நல்ல கவிஞன் யாருக்கும் எதற்கும் அடிமையாக இருக்க முடியாது. நல்ல வாசகனும் அப்படித்தான். இதுதான் கவிதையின் சமூகப் பயன். படித்த உடனே புரட்சிக்குத் தூண்டிவிடுவதும் அல்ல, வெளிப் படையான நீதி போதிப்பதும் அல்ல.

இந்த விமரிசன வாசிப்புக்குக் காலம் ஒதுக்கவேண்டும்: பயிற்சி வேண்டும். தராதரமற்று நம் மீது திணிக்கப்படுவனவற்றையெல்லாம் வாங்கி உள்ளே போட்டுக் கொள்ளும் நுகர்வோராக நாம் மாறாமல் நல்ல கவிதையை நாமே தேடிச்சென்று வாசிக்கவேண்டும். நல்ல வாசகர்களே நல்ல விமரிசகர்கள். நல்ல விமரிசகர்களே சுதந்திரச் சிந்தனையாளர்கள். நல்ல சிந்தனையாளர்களே தலைமை வழிபாட்டை உருவாக்காத நல்ல சமூகத்தைப் படைப்பவர்கள். கவிதையின் நேரடி சமூகப் பயன் இதுதான்.

8

கவிதை வாசிப்புமுறை - 3

நடைமுறை மொழிப்பயன்பாட்டிற்கும், கவிதையில் மொழிப் பயன் பாட்டிற்கும் உள்ள வேற்றுமை என்னவென்றால், நடைமுறைப் பயன்பாட்டில் மொழியின் ஏதோ ஒரு அம்சம் மட்டுமே பயன்படுத்தப் படுகிறது. ஆனால் கவிதையில் சொல்லின் எல்லா அம்சங்களும் பயன்பாட்டிற்குள்ளாகின்றன. இதைப் புரிந்துகொள்ள, ஒரு வார்த்தை யின் அமைப்பினை நாம் காணவேண்டும்.

குறிப்பர்த்தம் (connotation)

சாதாரணமாக ஒருவார்த்தையில் மூன்று பகுதிகள் இருக்கின்றன. அதன் ஓசை, நேர்அர்த்தம், குறிப்பர்த்தம். எந்தச் சொல்லும் ஓர் உச்சரிப்பாகத்தான் தொடங்குகிறது. அதில் பல ஒலிகள் இணைந் துள்ளன. ஆனால் சாதாரணமாக ஒரு சப்தத்திலிருந்து-ஒலியிலிருந்து சொல் எவ்விதத்தில் வேறுபடுகிறது என்றால் அதன் சப்தத்தோடு ஒரு அர்த்தமும் சேர்ந்துள்ளது என்பதில்தான். இந்த அடிப்படை அர்த்தத்தை நேர்அர்த்தம் என்று நாம் சொல்லலாம்.

ஒரு சொல்லுக்கு ஒன்றோ பலவோ நேர்அர்த்தங்கள் இருக்கலாம். அவற்றைச் சாதாரணமாக ஒரு அகராதியில் பார்க்கமுடியும். நேர் அர்த்தங்களே அன்றி ஒரு சொல்லுக்குச் சில குறிப்பர்த்தங்களும் இருக்கக்கூடும். நேர்அர்த்தங்களுக்கு அப்பால் சென்று அது குறிப்பாக உணர்த்தக் கூடிய சிலவிஷயங்கள்தான் குறிப்பர்த்தங்கள் எனப்படும். பழங்காலமுதலாக வருகின்ற ஒரு சொல்லின் பயன்பாட்டினாலும், அதன் சேர்க்கைகளாலும் தொடர்புகளாலும் அதன் குறிப்பர்த்தங்கள் உருவாகின்றன. உதாரணமாக வீடு என்ற சொல், பாதுகாப்பு, அன்பு, வசதி, குடும்பம், வீடுபேறு, இன்பம், சந்தோஷம் முதலிய பல குறிப்பர்த்தங்களைக் கொண்டிருக்கிறது. ஒரு கார் என்பது வசதியாகச் சென்று வருவதற்கான வாகனம் என்பதற்கு அப்பால் பணம், அந்தஸ்து போன்ற குறிப்பர்த்தங்களைக் கொண்டிருக்கிறது. ரோஜா என்பது ஒரு

அழகான பூ என்பதற்கு மேலாக, மென்மை, காதல் உணர்வு, உள்ள நெகிழ்ச்சி போன்ற பல குறிப்பர்த்தங்களைக் கொண்டுள்ளது.

குறிப்பர்த்தங்கள் கவிஞனுக்கு மிக முக்கியமானவை-ஏனென்றால் அதன் வாயிலாக அவன் தனது கவிதையைப் பலமடங்கு வளப்படுத்த முடியும். சில வார்த்தைகளிலேயே பலமடங்கு சொல்ல முடியும். உதாரணமாக ஒரு பழங்கவிதை:

நிலத்தினும் பெரிதே வானினும் உயர்ந்தன்று
நீரினும் ஆரளவின்றே சாரல்
கருங்கோற் குறிஞ்சிப் பூக்கொண்டு
பெருந்தேன் இழைக்கும் நாடனொடு நட்பே. (குறுந்தொகை 3)

இப்பாட்டின் படிமங்கள் ஆடவன்காதலின் நிலைத்தன்மையை மிகவும் உயர்வுநவிற்சியாகக் குறிக்கின்றன. (நிலம், வானம், ஆழமான நீர் இவற்றின் நிலைத்தன்மை, மாறாத் தன்மை). பஞ்ச பூதங்களில் மாறாத பூதங்கள் மூன்றும் இங்குச் சொல்லப்படுகின்றன (அனலும் காற்றும் மாறும் தோற்றங்களைக் கொண்டவை, இடம்பெயர்பவை. அதனால் நிலையான காதலுக்கு இவை உவமையாக்கப்படவில்லை). மேலும் குறிஞ்சிப்பூ என்ற படிமத்தின் வாயிலாகக் காலமும் கவிதைக்குள் கொண்டுவரப்படுகிறது. பன்னிரண்டு ஆண்டுகளுக்கு ஒரு முறை பூப்பதாகிய குறிஞ்சியில் தேனெடுத்துப் பெருந்தேன் இழைக்கும் நாடன் என்பதனால் தலைவனைப் பற்றியதொரு அற்புதவுணர்ச்சி உருவாக்கப்படுகிறது. ஆனால் தலைவனின் காதலை இத்தன்மைய தாகத் தலைவி விதந்துரைக்கக் காரணம் என்ன?

தலைவன் பொருள்தேடப் பிரிந்துசென்றிருக்கிறான். அப்போது அவன் தன்னை மறந்து விடுவானோ என்ற அச்சம் தலைவிக்கு ஏற்படு கிறது. அதன் விளைவு தான் தன்னையே தேற்றிக் கொள்ளும்-அல்லது தன்னைத் தேற்றிக்கொள்ள அருகிலுள்ள தோழிக்கு உரைக்கும் இப்பாட்டு. ஐம்பூதங்களில் மூன்று குறிக்கப்பட்டதன் காரணம், பிற இரண்டாகத் தலைவனின் பண்புகள் இல்லை என்று ஆற்றுவித்துக் கொள்ளவே. (ஆனால் உண்மையில் அப்படித்தான் இருக்கிறது. அவளது உள்ளக் காதலாகிய அனலைப் பிரிவாகிய காற்று பெருக்கிக்கொண்டு இருக்கிறது என்பது வெளிப்படையாகச் சொல்லப்படாத பொருள்.)

முக்கியார்த்தம்

சங்கஇலக்கியப் பாக்களைப் படிக்கும்போது, யார் பேசுகின்றார்கள், யாரிடம் பேசுகின்றார்கள், எந்தச் சூழ்நிலை காரணமாக எந்தப் பின்னணியில் பேசுகின்றார்கள் போன்ற தகவல்களை எல்லாம் நாமே

உருவாக்கிக் கொள்ளவேண்டும். இவை யாவற்றிற்கும் அப்பால் அந்தப் பேச்சிற்கான-அந்தக் குறிப்பிட்ட கூற்றிற்கான தேவை என்ன என்ற வினாவையும் எழுப்பி விடைகண்டால்தான் பாட்டின் சிறப்புத் தன்மை அல்லது முக்கியார்த்தம் (சிக்னிஃபிகன்ஸ்) என்ன என்பது தெளிவாகும். ஒருபாட்டின் வெளிப்படைப் பொருளை அல்லது குறிப்புப்பொருளைக் காண்பது மட்டும் நோக்கமல்ல. அவற்றின்பின் அப்பாட்டின் சிறப்புத்தன்மை யாதென அறிவதில்தான் கவிதை வாசிப்பு முழுமை பெறுகிறது.

கண்டுணர் வாசிப்பு

பாட்டின் சிறப்புத்தன்மை அல்லது முக்கியார்த்தத்தை அடையும்முன் வாசகர் ஒப்புமைச் செயலோடு போரிடவேண்டி வருகிறது. முதல் முறை வாசிக்கும்போது குறி மீட்பு (பொருளைப் புரிந்துகொள்ளும் முயற்சி-டிகோடிங்) நிகழ்கிறது. இதனைக் கண்டுணர் வாசிப்பு (ஹியூரிஸ்டிக் ரீடிங்) எனலாம். இதன்வாயிலாக அர்த்தம் உணரப்படுகிறது. வாசகருடைய மொழித்திறன் இதற்கான அடிப்படைத் தேவை.

இச்சமயத்தில் வாசகர், கவிதைச் சொற்களுக்குள் காணப்படும் பொருந்தாமையையும் உணர்கிறார். சொற்கள் அல்லது தொடர்கள் வெறும் மேம்போக்கான அர்த்தத்தை மட்டும் தரவில்லை. அவை ஆழமாகப்பொருள் படவேண்டுமானால், தாம் ஓர் அர்த்ததள மாற்றத்தைச் செய்தே ஆகவேண்டும் என்பதை வாசகர் உணர்கிறார். தமக்கு இடறல்தரும் சொல்லை அவர் குறியீடாகவோ, உருவக மாகவோ, வேறு ஏதோ ஒன்றாகவோ பார்த்தாகவேண்டிய அவசியம் ஏற்படுகிறது. (ஒரு நேர்க்கோட்டுப் பிரதியை வேறுமாதிரி வாசித்தலினால் தான் நகைச்சுவையும் தோன்றுகிறது என்பது இங்கே கவனிக்கப்பட வேண்டியது. கவிதையிலும் இப்படித்தான்.)

சான்றாக, இக்கவிதையைப் பாருங்கள்.

சற்றைக்குமுன்
ஜன்னல் சட்டமிட்ட வானில்
பறந்துகொண்டிருந்த
பறவை எங்கே?
அது சற்றைக்குமுன்
பறந்துகொண்டிருக்கிறது. (ஆனந்த்)

இங்கே 'சற்றைக்குமுன்' என்ற தொடருக்கும், 'பறந்துகொண்டிருக் கிறது' என்ற தொடருக்கும் ஒரு பொருந்தாமை இருக்கிறது. காலவழு. இந்தப் பொருந்தாமையைக் கண்டுணர் வாசிப்பு உணர்த்திவிடுகிறது.

குறிப்புப் பொருள் கவிதையில் மூன்று வழிகளில் நிகழ்கிறது. *இடப்பெயர்ச்சி, திரிபு, புது அர்த்தப்படைப்பு* ஆகியவை இவை. ஒரு குறி ஓர் அர்த்தத்திலிருந்து இன்னொன்றிற்கு மாறுவதை இடப் பெயர்ச்சி *(டிஸ்ப்ளேஸ்மெண்ட்)* எனலாம். (உதாரணம், சினையெச்சம், ஆகுபெயர், உருவகம்). முரண் *(ஐரனி)*, பொருள்மயக்கம் *(ஆம்பிக்விடி)* போன்றவை ஏற்படும்போது நிகழ்வது திரிபு. பிறசமயங்களில் அர்த்த மின்றி இருக்கக்கூடிய பொருட்களைக் கொண்டு (சந்தம், எதுகை, மோனை போன்றவை) குறிகளை உருவாக்குவதற்கான ஒருங்கிணைப் பாகப் பாட்டு இயங்கும்போது ஏற்படுவது புதுஅர்த்தப்படைப்பு.

இலக்கியம் மீளாக்கம் அல்லது பிரதிநிதித்துவம் *(ரெப்ரெசண்டேஷன்)* செய்கிறது என்பது இலக்கியத்தைப் பற்றிய ஒரு கருத்து. மீளாக்கம் என்பதில் மொழி வெறுமனே மாற்றத்துக்குள்ளாகலாம், அல்லது இலக்கண விலகல், மொழிக்களஞ்சியத் தேர்வு போன்றவற்றால் திரிபுக்கு உட்படுத்தப்பெறலாம். இவையனைத்தையும் பொதுவாக *இலக்கணமல்லாத் தன்மை* (ungrammaticality) என்று நாம் சொல்லலாம்.

கவிதை யதார்த்தத்தை மீளாக்கம் செய்கிறது என்னும் கருத்து, சொற்கள் பொருட்களைச் சுட்டுவன-அதாவது சொற்களுக்கும் பொருட்களுக்கும் நேரடித் தொடர்புண்டு என்ற கருத்தின்மேல் அமைந்ததாகும். ஒப்புமைச் செயலின் அடிப்படைக் குணம், தொடர்ந்து மாறும் அர்த்தவியல் தொடர்ச்சியை அது உருவாக்கிக் கொண்டே செல்வதாகும். மெய்ம்மை இயல்பாகவே சிக்கலானது என்பதால் கவிதை தனது விவரங்களைப் பெருக்கிக்கொண்டும், தனது மையத்தைத் தொடர்ந்து மாற்றிக் கொண்டும் செல்லும் முறையில், மெய்ம்மையை ஒத்த தோற்றத்தினை ஏற்படுத்த முயல்கிறது. ஆகவே ஒப்புமைச் செயல் என்பதே மாற்றமும் பெருக்கமும் (வேரியேஷன், மல்டிப்ளிசிட்டி) ஆகும். ஒப்புமைச் செயல்தளத்தில் கவிதை தருகின்ற தகவலைத்தான் (முதனிலை)அர்த்தம் என்கிறோம். பெரும்பாலும் சரியான பொழிப்புரையின் விளைவாகக் கிடைப்பது இது எனலாம்.

பொருள்கோள் வாசிப்பு

இரண்டாவது பொருள்கோள் வாசிப்பு *(ஹெர்மனியூடிக் ரீடிங்).* கவிதையினூடாக வாசகர் முன்னேறும்போதே வாசகர் முன்னர் தான் குறிமீட்புச் செய்து வாசித்தவற்றை மாற்றிக் கொண்டே வருகிறார். அவ்வாறு முன்னேறும்போது, பின்னோக்கித் திருத்துகிறார், ஒப்பிடு கிறார், மதிப்பிடுகிறார். இதனை அமைப்புசார்குறிமீட்பு *(ஸ்ட்ரக்சுரல் டிகோடிங்)* எனலாம். முன்பு வெவ்வேறுவிதமாகக் காணப்பட்ட கூறுகள், இலக்கணமல்லாத் தன்மைகளாக உணரப்பட்டவை,

இப்போது ஒரே அமைப்புச் சட்டகத்தின் மாறும் வடிவங்களாகத் தோற்றமளிக்கின்றன. இப்படி ஒரே அமைப்பின் மாறும் வடிவங்களின் தொகுப்பே கவிதையாகிறது. இந்த ஒரே அமைப்புமையத்திற்கு மாறி வரும் பகுதிகளின் தொடர்பே அதன் முக்கியார்த்தம் அல்லது சிறப்பு *(சிக்னிஃபிகன்ஸ்)* ஆகிறது. இந்த நுண்பொருள் பாட்டு முழுவதும் ஊடுருவியிருக்கிறது.

பாட்டின்/கவிதையின் சிறப்புமுக்கியத்துவத்தை இறுதியில் அடைய வாசகர் ஒப்புமைச் செயல் என்னும் தடையோடு மோதித்தான் தீரவேண்டும். முன்பு காட்டிய ஆனந்தின் கவிதையில் கண்டுணர் வாசிப்பில் கண்ட பொருந்தாமையைத் தீர்ப்பது எப்படி? சற்றுமுன் ஏற்பட்ட (இறந்த காலத்தில்) மனப்பதிவு, இன்னும் (நிகழ்காலத் திலும்) தொடர்ந்து நீங்காமல் இடம் பெற்றுவிட்டது என்று அமைதி காணலாம். ஆனால் காலம் என்பது என்ன? மனம் எந்தக் காலத்தில் வாழுகின்றதோ அதுதான் நிகழ்காலம்.

இன்னொரு எளிய உதாரணத்தைக் காண்போம்.

அகரமுதல எழுத்தெல்லாம் ஆதி
பகவன் முதற்றே உலகு.

முதல் வாசிப்பில்-அடிப்படை அர்த்த வாசிப்பில், இது சிக்கல் எதுவும் அற்ற ஒரு பொழிப்புரையைத் தரவல்லது. அதைத்தான் நாம் காலங் காலமாகப் பள்ளி-கல்லூரிகளில் சொல்லிக் கொடுத்துக்கொண்டு வருகிறோம். ('எழுத்துக்கள் யாவும் அகரத்தை முதலாக உடையன, அது போலவே உலகமும் பகவனை முதலாக உடையது').

ஆனால் இப்படிமுதல் வாசிப்பில் ஈடுபடும்போதே சில சிக்கல்கள் உருவாகி விடுகின்றன. எழுத்துக்கள் அகரத்தை முதலாக உடையன என்றால் அர்த்தம் என்ன? எந்த வகையில் அகரம் எழுத்துகளுக்கு ஆதாரமானது? முதலாக இருத்தல் என்றால் எங்கும் நிரம்பியிருத்தல் என்று அர்த்தமா? வரிசையிலே முதலில் இருப்பது என்று அர்த்தமா? அல்லது எல்லாவற்றிற்கும் ஆதியாக (தோற்றப் புள்ளியாக-ஆரிஜின் ஆக) இருப்பது என்று அர்த்தமா? எப்படி இதற்குப் பொருள் கொள்வது?

அடுத்து, பகவன் என்றால் யார்? கடவுள் என்றால் அப்படியே வள்ளுவர் ஆண்டிருக்கலாமே? வள்ளுவர் மிகக் கட்டுப்பாடாக எதுகைமோனையைக் கையாள் பவர் அல்ல என்பது நமக்குத் தெரியும். பகவன் என்பதற்குக் பதிலாக கடவுள் என்ற சொல்லை இட்டால் (கடவுள் முதற்றே உலகு) யாப்பு மாற வாய்ப்பில்லை. எதுகை மட்டுமே வேறுபடும். பகவன் என்பது பகவான், பகவத் போன்ற வட

சொல்லின் பாற்பட்ட கருத்துக்கொண்டதா? அல்லது சிலர் கூறுவது போல பகு என்ற அடிப்படையில் தோன்றியதா? அல்லது பகலன் என்ற சொல்லை பகவன் என்று மாற்றி எழுதிவிட்டார்களா? இம்மாதிரிக் கேள்விகள் முதல்வாசிப்பில் (கண்டுணர் வாசிப்பில்) எழுபவை.

இவற்றிற்கான அர்த்தங்களை ஒருமுனைப்படுத்தி, ஒரு சட்டகத் துக்குள் கொண்டு வந்து, ஒரு அமைப்பினை உருவாக்கும்போது நிகழ்வதுதான் பொருள்கோள் வாசிப்பு. உதாரணமாக, எல்லா மொழி களிலும் அகரம் முதல் எழுத்தாக, வரிசையில் முதலில் நிற்கிறது. அதுபோன்றவன் பகவன் என்றால், வரன்முறையான கடவுள் என்ற மனோதீதக் கருத்தினை ஏற்கமுடியாது. அப்போது பகவன் என்பதற் கான அர்த்தத்தை மாற்றியாகவேண்டும். எழுத்துகளில் அகரம் வரிசை யில் முதலில் இருப்பதுபோல, பிற எழுத்துகள் அதன் பின்னர் நிற்பது போல, பகவன் முதலில் நிற்கிறான், உலகம் அவனைப் பின்தொடர் கிறது என்றாகும். உலகினைப் படைத்தவன் இறைவன் என்ற கருத்து அடிபடும். அப்படியானால், பகவன் என்ற சொல் மனிதருக்குள் தலையானவரைக் குறிக்கிறது (மகாவீரர், புத்தர் போன்றோரை) எனக் கொள்ளநேரிடும். நாம் அவர்களைத் (பிற எழுத்துகள் அகரத்தைத் தொடர்வதைப்போலத்) தொடரவேண்டும். பின்பற்றவேண்டும் என்றாகிறது.

இம்மாதிரி ஒரு அமைப்புச் சட்டகத்துக்குள் பொருந்திவரும் படியாகத் தனித்தனி நிகழ்வர்த்தங்களைக் கொண்டுவருவதுதான் பொருள்கோள் வாசிப்பு. மேற்கண்டவாறு பொருள் கொண்டால், அது இந்தத் திருக்குறட்செய்யுளுக்கு மட்டும் பொருந்தினால் போதாது. எல்லாத் திருக்குறட்பாக்களுக்கும் பொருந்த வேண்டும். அதாவது திருவள்ளுவரின் கடவுட்கொள்கை என்பதோடு இது ஒத்துச்செல்ல வேண்டும். இப்படிப் பொருள்கோள் விரிந்துகொண்டே செல்கிறது. உதாரணமாக, மேற்கண்டவாறு பொருள் கொண்டால், திருவள்ளுவர் ஒரு சமணர் அல்லது ஆசீவகராக இருக்கலாம், பௌத்தராக இருக்கலாம் என்ற கருதுகோளை வைத்து, எல்லாத் திருக்குறட் பாக்கள் கூறும் கருத்துகளோடும் அது பொருந்திவருகிறதா என்று பார்க்க வேண்டும்.

கவிதை என்பது ஒருசமயத்துக்கு ஒன்றைச் சொல்லி, அவ்வப்போது கருத்துகளை மாற்றிக்கொள்வது அல்ல. ஏனெனில் கவிதையில், இலக்கியத்தில் ஓர் ஒட்டுமொத்த அமைப்பை நாம் நாடுகிறோம்.

- இதுவும் திரைப்படப்பாடல்கள் போன்றவை இலக்கியமல்ல என்று சொல்வதற்கு ஓர் ஆதாரமான காரணம். திரைப்படப் பாடலில், நீங்கள் ஒரு பாட்டில் எழுதியதற்கு மாறான விஷயத்தை

இன்னொன்றில் எழுதலாம், கேட்டால் 'அந்தப்பாட்டின் சந்தர்ப் பத்திற்கு அது பொருந்தியது, இதற்கு இப்படித்தான் எழுதமுடியும்' என்று வாதாடலாம்.

வாழ்க்கை அப்படியல்ல. நான் நேற்றுப் பேசியதை இன்று மாற்றிப் பேசினால் நீங்கள் என்ன கருதுவீர்கள்? வெளிப்படையாகச் சொல்லா விட்டாலும் 'இவர் நல்ல பிழைப்புவாதி, சந்தர்ப்பத்திற்கேற்றவாறு பேசுகிறார்' என்று கருதுவீர்கள். *ஒரு கவிஞன் சந்தர்ப்பவாதியாக இருக்க முடியாது* என்பதை முதலில் உணர்வது நல்லது. கவிஞன் மட்டுமல்ல, தீவிர (சீரியஸான) எழுத்தாளன் (நாவலாசிரியன், விமரிசகன் யாரா கட்டும்) யாரும் நேற்றைக்கொரு கருத்து இன்றைக் கொரு விஷயம் என்று மாறிக்கொண்டிருக்கமுடியாது. *வாழ்க்கைபற்றி ஓர் ஒருங்கிணைந்த நோக்குக் கொண்டிருப்பதை இலக்கியங்கள் அடிப்படையாக வலியுறுத்து கின்றன.* அதனால்தான் நாம் இலக்கியத்தை ஓர் உயர்ந்த பீடத்தில் வைத்திருக்கிறோம். அதனால்தான் கவிதையிலும் இலக்கியத்திலும் ஆசிரியனையும் படைப்பையும் தொடர்புபடுத்தி நோக்குகிறோம் (வரலாற்று நோக்கு, வாழ்க்கை வரலாற்று நோக்கு).

கவிதைச்சொற் பயன்பாடு

நடைமுறைரீதியான எழுத்தாளன் சொற்களைப் பயன்படுத்தும் போது ஒரு வார்த்தைக்கு ஒரு அர்த்தம் மட்டுமே தரமுயலுவான். ஆனால் கவிஞனோ எத்தனை அர்த்தங்களை ஒரு சொல் தருகிறதோ அத்தனையையும் பயன்படுத்த முயற்சி செய்வான்.

கவிதைமொழியைப் பற்றிய ஒரு தவறான கருத்து என்னவென்றால், மிக அழகான, ஒலிநயத்துடன் கூடிய சிறப்பான சொற்களைப் பயன் படுத்துவர் நல்ல கவிஞர் என்பதுதான். உண்மையில் கவிஞர்கள் தேடுவது மிக அர்த்தப்பாங்கான-அர்த்தச் செறிவான சொற்களைத்தான். சொற்கள் சந்தர்ப்பத்திற்கேற்றவாறு பொருள் தருகின்றன. மொழியில் பல தளங்களும் விதங்களும் இருக்கின்றன. கவிஞன் எதை வேண்டு மானாலும் தேர்ந்தெடுக்கலாம். அவன் தேர்ந்தெடுக்கும் சொல் மிக உன்னதமானதாக-எளிமையானதாக. அழகுத்தன்மை உள்ளதாக- அற்றதாக, ரொமாண்டிக் தன்மை வாய்ந்ததாக-யதார்த்தத்தன்மை கூடியதாக, பழங்காலச் சொல்லாக-புதிய சொல்லாக, கலைச்சொல்லாக -சாதாரணமாகப் புழங்குவதாக, ஓரிரு அசை கொண்டதாக-பல அசைகள் கொண்டதாக, எப்படிவேண்டுமானாலும் இருக்கலாம். ஒரு தளத்தில் இயங்கும் கவிதைக்கு வேறு ஒரு தளத்திலிருந்துகூடச் சொற்கள் ஆளப்படலாம். இதைச் சிறப்பாகச் செய்தால் ஒரு வியப்பதிர்ச்சி உருவாகும். கவிதையின் ஆழத்தைக் கூட்டும். கவிஞனின்

தொழிலே சொற்களை மேலும் மேலும் தேடிச்செல்வதும் கண்டு பிடிப்பதும்தான். அச்சொற்களின் இரகசியத் தொடர்புகள் புலப் படும் சமயத்தில் கவிதையின் ஆழமும் கனமும் கூடுகிறது. வெடித்துச் சிதறும் ஒரு வெடிகுண்டின் அழுத்தத்தைப்போல அதில் அழுத்தம் கூடுகிறது.

நடைமுறைப் பயனாளிகள் சொல்லின் ஓசைநயத்தைக் கவனிப்ப தில்லை. மேலும் அதன் பலவேறு நேர்அர்த்தங்களும் குறிப்பர்த்தங் களும் நடைமுறையாளனுக்கு இடைஞ்சலாகவே இருக்கின்றன.

மொழியின் மிகத் தூயவடிவம் அறிவியல் மொழி. அறிவியல் மொழி ஒரு குறிக்கு ஒரே ஒரு அர்த்தம் இருப்பதையே அவாவுகிறது. அதனால்தான் அறிவியலில் குறியீடுகள் அதிகம் பயன்படுத்தப்படு கின்றன. உலகமுழுவதும் H என்பது ஹைட்ரஜன் தான். Cl என்றால் குளோரின்தான். வேறுஅர்த்தம் கொள்ள முடியாது. உலகமுழுவதும் < என்றால் சமமின்மையைக் குறிக்கும் அடையாளம்தான். = என்பது உலகம் முழுவதும் சமக்குறிதான். இப்படி ஒற்றைக்கு ஒற்றைத் தொடர்பை உருவாக்க முயலுவது அறிவியல். ஆனால் கவிஞனுக்கு ஒரு சொல் ஒற்றை அர்த்தம் தந்தால் போதாது. பல்வேறு பரிமாணங்கள் கொண்டதாக, பல்வேறு சந்தர்ப்பங்களில் பல்வேறு அர்த்தங்கள் தருவதாக அது அமையவேண்டும். அறிவியல் ஒற்றைப் பரிமாண மொழியை இலட்சியமாகக்கொண்டது. கவிதைமொழி பலபரிமாண மொழி. எனவே சொற்களில் கவனம் செலுத்துவது வாசகனின் முதல் அக்கறை யாக வேண்டும்.

9

கவிதை வடிவம் (முன்னணிப்படுத்தலும், பரிச்சயநீக்கமும்)

ரஷ்ய உருவவாதம்

கவிதையை அறிவியல் ரீதியாக வரையறுக்கவேண்டும், அதன் தன்மைகளை அறிவியல் நோக்கில் விளக்கவேண்டும் என்ற எண்ணம் முதன் முதலில் ரஷ்ய உருவவாதிகளுக்குத்தான் ஏற்பட்டது. அறிவியல் ரீதியாகக் கவிதையை விளக்கவேண்டுமென்றால், அதாவது எல்லாக் கவிதைகளுக்கும் பொதுவான இயல்புகளைக் கண்டறிய வேண்டுமென்றால்,

- உள்ளடக்கத்தை வைத்து விளக்கஇயலாது-கவிதை வடிவத்தை வைத்துத்தான் விளக்க முடியும்.
- இரண்டாவது, அறிவியல் ரீதியாக விளக்கும்போது, உள்ளுணர்வு, அனுபவம், அனுபூதிநிலை, சஹ்ருதயத்தன்மை போன்ற அருவமான பண்புகளை வைத்தும் விளக்கமுடியாது.

எனவே கவிதை என்பது செயற்கையாக இயற்றப்படுவது (பயிற்சியால் செய்யப்படுவது), வேண்டுமென்றே புதுமையான முறையில் அதன் மொழிக்கூறுகளை மாற்றிக் கவிஞர்கள் அதைக் கவிதையாக்குகிறார்கள் என்று ரஷ்ய உருவவாதிகள் கருதினார்கள்.

இவர்கள் ரஷ்யப் புரட்சியை ஒட்டி உருவானவர்கள். மொழியியல் நோக்கில் கவிதையை அணுகியவர்கள். ஸ்டாலின் காலத்து அடக்குமுறை ஏற்பட்டபோது அவர்களுள் பெரும்பாலோர் பிராஹாவுக்கும் சிலர் அமெரிக்காவுக்கும் இடம்பெயர்ந்தார்கள். அதனால் பிராஹா குழுவினர் எனவும் இவர்கள் அழைக்கப்பட்டனர். இவர்களுள் மிகமுக்கியமானவர்கள், ரோமன் யாகப்சன், ழான் முகராவ்ஸ்கி, விக்டர் ஷ்க்ளாவ்ஸ்கி ஆகியோர். பின்னால் வந்தவர்களில் மிகயீல் பக்தினை *(வாலோஷினோவ்)*ச் சொல்லலாம்.

முன்னணிப்படுத்தல்

மூான் முகராவ்ஸ்கி, மொழியியல் அடிப்படையில், இலக்கியம் என்பது ஏற்புடைய, ஒழுங்கான முன்னணிப்படுத்தலை (Foregrounding) உடைய ஒன்று என்று விளக்குகிறார். பின்புலம், பின்னணி (Background) என்பது நாம் அறிந்ததே. எந்த இலக்கியப் படைப்பிலும், பொதுவான பேச்சு மொழி, ஏற்புடைய இலக்கிய மரபு-இவை பின்புலமாக அமைந்துள்ளன. பின்புலத்திற்கு மறுதலை முன்புலம் அல்லது முன்னணி (Foreground).

இலக்கியமல்லாத மொழியின் பின்னணியைக் கொண்டே, இலக்கிய மொழியை அறிகிறோம். வழக்கமானமுறையில், நாம் எதிர்பார்க்கக் கூடிய முறையில், அமையும் மொழியமைப்பில் நம்கவனம் செல்லுவ தில்லை. அதன் பொருளை மட்டுமே விரைந்து உணர்கிறோம். இது பின்னணி மொழி. இதற்கு மாறாக, அழகான அல்லது மாறுபட்ட அமைப்பால் உணர்த்தவேண்டும் என்பதற்காக வேண்டுமென்றே மொழியில் செய்யப்படும் உருத்திரிபே (Intentional Distortion) முன்னணிப்படுத்தல் என்பது. முன்னணிப்படுத்தல் முற்கூறிய இருவகைப் பின்னணி களுக்கும் மாறுபட்டது மட்டுமன்றி, ஒரு இலக்கியப் படைப்பிலே மரபிலுருவான மொழியியல் கூறுகளுக்கும் மாறுபட்டமையும். முன்னணிப்படுத்தல்தான் கவிதைமொழியமைப்பை வேறுபடுத்துவது.

இன்னொரு வகையில் கூறினால், ஒரு நாடக மேடையில் ஒரு பொருள் பின்னணியில் இருந்தால் அதன்மீது நம் கவனம் அவ்வளவாகச் செல்லுவதில்லை. அதையே முன்னணியில் (மேடையின் முன்பக்கத்தில்) கொண்டுவந்து வைத்தால் (முன்னணிப்படுத்தினால்) அதன்மீது நம் கவனம் செல்கிறது. இதைப்போலத்தான் மொழியை முன்னணிப் படுத்தலும். ஒரு சொல்லைச் சாதாரணமாகப் பயன்படுத்துவது, அதைப் பின்னணியில் இருத்துவது. அதற்கு பதிலாக அதற்கு விசேஷ இயல்பு ஒன்றைத் தரும்போது (ஒரு விலகலைத் தரும்போது) அது முன்னணிப் படுகிறது. அப்போது அதன்மீது நாம் கவனம் செலுத்துகிறோம்.

[ஆனால் இதுவும் இலக்கியத்திற்கு மட்டும் உரிய தன்மையன்று. நம்முடைய அன்றாடப் பேச்சிலும், சிலேடைகள், நகைச்சுவைத் துணுக்குகள், 'கடி' ஜோக்குகள், முரண், அங்கதம் ஆகியவற்றை உருவாக்குவது இதுவே. ஆனால் இவற்றிலுள்ள அமைப்பு முறையைக்காட்டிலும் எங்கே ஒழுங்கான (Systematic), பொருத்தமான (Consistent) முன்னணிப்படுத்தல் நிகழ்கிறதோ அங்கே இலக்கியப்படைப்பு உருவாகிறது.]

அசாதாரண மொழி வடிவம்

சாதாரண நிலையிலிருந்து விலகிய, அசாதாரண அமைப்பைக்

கொண்டதையே இலக்கியமாக ஏற்கிறது, ரஷ்ய உருவவாதம். எல்லா இலக்கியங்களும் ஏதோ ஒருவகையில் மொழியமைப்பில் அசாதாரண வடிவம் கொண்டவையே. ஓர் இலக்கியப்பிரதி என்பது ஓர் இலக்கியப் படைப்பு பெற்றிருக்கும் மொழியடிப்படையிலான அமைப்பு. மொழி செயற்படும் முறை, சொல்லாடல் எனப்படுகிறது. வெளிப்படையான முன்னணிப்படுத்தல் அமையாவிட்டாலும், உள்ளமைவான முன்னணிப் படுத்தல்தான் இலக்கியப்படைப்பைப் பிற பிரதிகளிலிருந்து வேறுபடுத்து கிறது. சொல்லாடல் என்பதும், வெறும் உள்ளடக்கத்தைக் குறிக்கும் சொல்லன்று.

மார்க்சியவாதிகள், பொருளாதார அடிக்கட்டுமானத்தின்மேலுள்ள மேற்கட்டுமானத்தில் அடங்கும் கலாச்சார நிகழ்வுகளின் ஒருவகையே இலக்கியம் என்றனர். ரஷ்யஉருவவாதிகளின் கருத்துப்படி, மொழி என்பதும் அடிக்கட்டுமானத்தில் சேர்வதே. அதன் ஒரு வெளிப்பாடே பண்பாடு. மொழி என்ற அடிக்கட்டுமானத்தின் மேற்கட்டுமானமே இலக்கியப்பிரதி என்றும் கூறலாம்.

அதேசமயம், ஓர் இலக்கியப் பிரதி ஒரு சமூகச் சூழலின் அழுத்தத்தால் வெளிப்படும் எழுத்துமுறை என்பது இங்கே மறுக்கப்படவில்லை. ஆனால் இலக்கியப் பிரதி என்ற கருத்து மார்க்சியக் கருத்துநிலையி லிருந்து சற்றே மாறுபட்ட வடிவத்தில் இங்கு உள்ளது. இலக்கியம் என்பது எழுதப்பட்டநிலையில் முழுமைபெற்ற ஒன்று என்று மரபான கருத்துகள் சொல்கின்றன. ஆனால் ரஷ்யஉருவவாதிகள் அவ்வாறு சொல்வதில்லை.

இலக்கியமாக ஏற்றுக்கொள்ளுதல்

இலக்கியமாகப் படித்தல் என்ற செயலுக்குட்படும்போதுதான் பிரதிகள், இலக்கியமாகின்றன. இச்செயல் இலக்கியமாக ஏற்றுக்கொள்ளுதல் என்ற செயலை உள்ளடக்கியது. இலக்கியமாக ஏற்றுக்கொள்ளுதல் என்பது புனைவாக (சொல்லப்படுவது கற்பனைதான், மெய்யன்று என்று) ஏற்றுக்கொள்ளுதல், மொழியை ஏற்றவாறு வடிவமைத்தல் என்பதை உட்கொண்டது.

அதாவது உ.வே.சாமிநாதையரின் மீனாட்சிசுந்தரம் பிள்ளை சரித்திரத்தை, சரித்திர விஷயத்துக்காக அன்றி, இலக்கியமாகப் படித்தல் என்ற நிலைக்கு உட்படுத்தும்போதுதான் அது இலக்கியம் ஆகிறது. அது கூறும் சரித்திரச் செய்திகளுக்காகப் படிக்கும்போது அது இலக்கியம் அல்ல. இலக்கிய வாசிப்புக்குட்படாத எந்த நூலும் இலக்கியம் ஆகாது.

இலக்கியம் என்பது முன்னணிப்படுத்தலைக் கொண்டது, வாசிப்புச் செயலினால் முழுமை அடைகிறது. அதனால், முன்னணிப்படுத்தப் பட்டு, இலக்கிய வாசிப்பினை எதிர்நோக்கி வெளியிடப்படும் எந்த நூலும் (தரம் பற்றிய கருத்தின்றி) இலக்கியமாக ஏற்றுக்கொள்ளப் படவேண்டும் என்று ஆகிறது. அதேசமயம், உ.வே. சாமிநாதையரின் மீனாட்சிசுந்தரம் பிள்ளை சரித்திரம் போன்ற நூல்கள், வெளிப்படை யான முன்னணிப்படுத்தலோ, இலக்கியமாகப் படிக்கப்படும் எதிர் பார்ப்போ இன்றி வெளியிடப்பட்டிருப்பினும், அவை இலக்கிய அந்தஸ்தினைப் பெற்றுள்ளன. இம்மாதிரி முரண்நிலை, பிரதியடிப் படை நோக்கில் தரமதிப்பீடு புறக்கணிப்படுகிறது என்ற குற்றச் சாட்டை எழுப்பியது.

இலக்கியப் பிரதி என்பது முழுமையடைவதற்கு இலக்கிய வாசிப்பு தேவையானது. அதாவது இலக்கிய வாசிப்பைப் பூர்த்தி செய்யும் நூல்களே இலக்கியமாகும்.

- இலக்கிய வாசிப்பு என்பது நுகர்வோர் அழகியலின் (Consumer Aesthetics) விளைவான பொழுதுபோக்குப் படிப்பு அன்று. அல்லது
- ஒரே ஒரு நூலை மட்டுமே அல்லது ஒருவகையான நூல்களை மட்டுமே படித்து விட்டு அபிப்பிராயங்களை உருவாக்குவதும் அன்று. இலக்கியவாசிப்பு முழுமை பெற்றதாக உருவாகாத நிலையில் தவறான மதிப்பீடுகளுக்கே அழைத்துச்செல்லும்.

என்றாலும் இலக்கிய வாசிப்பு என்பதையும் சரிவர வரையறுக்க முடிவதில்லை. இலக்கிய வாசகன் என்ற கருத்தையும் இலக்கிய வாசிப்பு என்பதன் எல்லையையும் வுல்ஃப்காங் ஐசர் போன்ற வாசகஏற்புக் கொள்கையாளர்கள் ஆராய்ந்துள்ளனர்.

எவ்வாறாயினும் இலக்கியம் என்பது உள்ளுணர்வால் உருவா வதன்று, அது செயற்கையாகச் செய்யப்படுவது என்ற நோக்கை ரஷ்ய உருவவாதம் முன்வைத்தது. அவ்வாறு இலக்கியத்தைச் செய்வதற்கு, அதில் சில கூறுகளை முன்னணிப்படுத்த வேண்டியுள்ளது. முன்னணிப் படுத்துவதற்கு இலக்கியக் கருவிகள் (லிடரரி டிவைசஸ்-இவற்றை இலக்கிய உத்திகள் என்று பழங்கால ஆசிரியர்கள் சொல்வது வழக்கம்) பயன்படுகின்றன. விக்டர் ஷ்க்ளாவ்ஸ்கி என்பார், 'இலக்கியம் என்பது அதில் கையாளப்படும் இலக்கியக் கருவிகளின் ஒட்டுமொத்த முழுமையே' என்று வரையறுத்திருக்கிறார்.

முன்பு கண்ட ஆனந்தின் கவிதை உதாரணத்திற்கே வருவோம். அக்கவிதையில் 'ஜன்னல் சட்டமிட்டவான்' என்பதும் 'சற்றைக்குமுன்... பறந்துகொண்டிருந்த பறவை எங்கே' என்ற கேள்விக்கு, 'பறந்து

கொண்டிருக்கிறது' என்பதும் வேண்டுமென்றே செய்யப்பட்ட முன்னணிப்படுத்தல்கள்தான். கடந்தகால மனப்பதிவு நிகழ்காலத்திலும் நீங்காதிருப்பதைக் காலத்தை வழுவாகக் கையாள்வதன்மூலம் (இதுதான் இங்குக் காணப்படும் இலக்கண விலகல்) மிக எளிதாக ஒரே சொல்லில் உணர்த்திவிடுகிறார். இல்லையென்றால் இதற்கெனப் பல அடிகள் கவிதையை வளர்த்தவேண்டியிருக்கும். முன்னணிப்படுத்தல், தான் கருதிய விளைவை எளிதாகவும் செறிவாகவும் உருவாக்குவதற்கு இது நல்ல சான்று. மேலும் 'ஜன்னல் சட்டமிட்ட வான்' என்பதும் இயல்பான மொழி அன்று. ஜன்னலினால் சட்டமிடப்பட்ட வானம் என்று செறிவாக்கப்படுவதும் ஒரு விலகலேயாகும்.

பரிச்சயநீக்கம் (டிஃபெமிலியரைசேஷன்)

இலக்கியத்தைச் 'செய்வதற்கு' மிக முக்கியமான தேவை பரிச்சயநீக்கம் (defamiliarization) என்ற செயல் என்றார்கள் ரஷ்ய உருவவாதிகள். முதன்முதலில் இக் கருத்தைக் கூறியவர் விக்டர் ஷ்க்ளாவ்ஸ்கிதான். தமது உத்திநோக்கில் கலை (ஆர்ட் ஆஸ் டெக்னிக்) என்ற நூலில், அவர்,

> பழக்கவயப்படுதல் பொருட்களை, உடைகளை, மரச்சாமான்களை, ஒருவரது மனைவியை, போரின் பயத்தை-யாவற்றையும் விழுங்கிவிடுகிறது. பல்வகைமனிதர்களின் சிக்கல்மய வாழ்க்கைகளும் நனவற்றநிலையில் செல்வதாக இருப்பின், அவை இருந்தும் இல்லாதது போல்தான். வாழ்க்கையின் உணர்வை மீண்டும் பெற உதவுவதற்காகத் தான் கலை இருக்கிறது. பொருட்களை நாம் உணரவும், கல்லைக் கல்தன்மையுடையதாக ஆக்கவும் அது இருக்கிறது. கலையின் இறுதிப் பணி, பொருட்களைப் பற்றி நாம் வைத்திருக்கும் கருத்துகளை அல்ல-அவை எப்படியிருக்கின்றனவோ அப்படி உணரவைப்பது. இதற்குக் கலை கையாளும் உத்தி, பொருட்களைப் பரிச்சயமற்றதாகச் செய்வது- அவற்றின் வடிவங்களைச் சற்றே இருண்மைப்படுத்தி, நாம் அவற்றை உணர்தலாகிய செயலைக் கடினமாக்குவதும், நீண்ட நேரம் கொள்ளச் செய்வதுமாகும். கலையில் அது உருவாக்கப்படும் நிகழ்முறைதான் முக்கியமே ஒழிய இறுதிப்படைப்பு அல்ல. ஒரு பொருளின் கலைத் தன்மையை அனுபவப்படுத்தும் வழிதான் கலை. அப்பொருள் முக்கியமன்று

என்று சொல்கிறார். அதாவது ஒரு பொருளை நாம் பரிச்சயப்படுத்திக் கொண்டிருக்கின்ற தன்மைகளை நமது மனத்திலிருந்து நீக்கி, அதைப் புத்தம் புதியதாக-நமக்கு முற்றிலும் பரிச்சயமற்றதாகத் தோன்றச் செய்வதுதான் பரிச்சய நீக்கம் என்னும் உத்தி. இந்த உத்திக்கு இன்னொரு பெயர்தான் கலை. பரிச்சயநீக்கம் என்பது என்றும் மாறாத

ஒற்றைத் தன்மை கொண்ட ஒரு செயல்முறை அல்ல. எந்தெந்த நேரங்களில், எந்த எந்த முறைகளில் பரிச்சய நீக்கம் செய்ய முடியுமோ அவற்றைக் கலை கையாள வேண்டும்.

சான்றாக, ஞானக்கூத்தனின் கீழ்வெண்மணி கவிதை இப்படித் தொடங்குகிறது-'மல்லாந்த மண்ணின் கர்ப்ப வயிறெனத் தெரிந்த கீற்றுக்குடிசைகள்' ஒரு விநோதமான பார்வையில் இப்படிமம் செயலாற்றுகிறது. மல்லாந்த மண் என்பதும் கர்ப்பவயிறெனத் தெரிந்த குடிசைகள் என்பதும் இயல்பாக, நமக்குப் பரிச்சயமான காட்சியை வேறுதளத்திற்கு மாற்றம் செய்கின்றன. ஒரு கர்ப்பவதி-அநாதை-மல்லாந்து கிடக்கும்போது பாதுகாப்பு ஏதுமற்ற நிலையில் அவள் வயிறு காணப்படுவதுபோலக் கீற்றுக்குடிசைகள் தோன்றின என்று நமக்குப் பரிச்சயமான காட்சியைப் பரிச்சய நீக்கம் செய்து காட்டும்போது, கொல்லப்பட்ட அந்த ஒடுக்கப்பட்ட மக்களின் நிராதரவான நிலை பளீரென மனத்தில் சுடுகிறது.

பரிச்சயநீக்கம், சடங்கன்று

மரபானவற்றை அப்படியே ஆளுதல் கலையாகாது. மரபுவழியான சில செயற்பாடுகள் அக்காலத்தில் பரிச்சயநீக்கத்திற்கு உதவின. பின்னர் அவை பழகிப்போயின. அப்போது அந்த மரபுசார்ந்த உத்திகளைக் கைவிட்டு வேறுமுறைகளை நாடவேண்டும். அவையும் பழகிப் போனால், சடங்குத்தன்மை உடையதாக மாறிவிட்டால், வேறு உத்திகள். இப்படியே கலை தொடர்ந்து தனது முறைகளை மாற்றிக் கொண்டே செல்கிறது என்பது ஷ்க்ளாவ்ஸ்கியின் கருத்து.

ரஷ்ய உருவவாதிகள் கலை கலைக்காகவே என்ற கொள்கையைச் சார்ந்தவர்கள் என்ற குற்றச்சாட்டு முதலில் அவர்கள்மீது வைக்கப் பட்டாலும், சிலகாலத்திலேயே அது தவறானதென்று புரிந்துவிட்டது. கலையில் வடிவத்தை முதன்மைப்படுத்துவது, தான் உணர்த்த வருவதை, அது மிகச் சிறப்பான முறையில் உணர்த்தவேண்டும் என்பதற்காகவே அன்றி, தனியாக வடிவத்திற்குச் சிறப்புத் தருவதற்கன்று. எப்படிப்பட்ட முறையில் மிகச் சிறப்பாக ஒன்றை உணர்த்த முடியுமோ அவ்விதத்தில் தீவிரமாக உணர்த்தமுற்படும்போது அங்கு பரிச்சய நீக்கம் உதவுகிறது.

பலகுரல்தன்மை

ரஷ்ய உருவவாதிகளின் தொடர்ச்சியாக, பக்தின் இக்கொள்கையை இன்னும் செப்பமாக்கினார். அவரது பார்வையில், சமூகத்தின் பலவேறு தளங்களில் காணப்படும் பல்வேறு தன்மைகளும் போராட்டங்களும் அதிலுள்ள மொழியின் குறிகளுக்குள் (சொற்களில்) பொதிந்திருக்

கின்றன. சான்றாக, தமிழ்நாட்டுக் கலாச்சாரம் என்று கொண்டால், அது ஏதோ உயர்சாதியினர் சிலரது பழக்கவழக்கங்கள் நம்பிக்கைகள் படைப்புகள் செயல்பாடுகள் மட்டுமல்ல. அதில் ஒடுக்கப்பட்டவர்களின் நம்பிக்கைகள், படைப்புகள், செயல்முறைகள் யாவும் பொதிந்து கிடக்கின்றன. இவை தமக்குள் போரிடும் தன்மைகொண்டதாகவும் உள்ளன. எனவே சொற்கள் என்பன நிலையான அர்த்தம் பெற்றவை அல்ல. அவை போரிடும் கருத்தியல்களின் செயல் தளங்கள்.

பல்வேறு வகையான போராட்டங்கள் (வர்க்கப் போராட்டம் போன்றவை) சமூகத்தில் வெடிக்கும்போது அவை மொழியின் வாயிலாகவே வெளிப்படுகின்றன. ஆதிக்கக் குழுவினரைவிட, ஆதிக்கத்தை எதிர்க்கும் குழுவினருக்கே அதிகமாக மொழி துணை புரிகிறது. என்றாலும் எல்லாருடைய குரல்களும் (பலகுரல்தன்மை-polyphony என்று இதை அவர் குறிப்பிட்டார்) இலக்கியப் பிரதிக்குள் மோதி ஒலிக்கின்றன. இப்படிப்பட்ட பலகுரல் தன்மை கொண்டது தான் நல்ல இலக்கியமாக முடியும். ஒற்றைக்குரலுடன் ஒலிப்பது ஆதிக்கத்திற்கான இலக்கியமாகவே இருக்கவியலும். பக்தின் குறிப்பிட்ட கார்னிவல்தன்மை (களியாட்டத்தன்மை) என்பதும் இலக்கியத்திற்கு முக்கியமானது.

ரஷ்ய உருவவாதிகளின் கொள்கைகள் இலக்கியத்தைப் புரிந்து கொள்வதற்கு மிகச் சிறப்பாக உதவியுள்ளன. குறிப்பாக இலக்கியக் கருவிகளின் தொகுதியாகவே அவர்கள் இலக்கியப் படைப்பு என்பதைக் கண்டதனால், இனிவரும் இயல்களில் முக்கியமான இலக்கியக் கருவிகள் நோக்கப்படும். அவை எவ்விதம் பரிச்சயநீக்கம் செய்கின்றன, எவ்விதம் மொழியை முன்னணிப்படுத்துகின்றன, எப்படிக் காலங்காலமாக இலக்கிய உருவாக்கத்தில் பயன்பட்டுவந்துள்ளன என்பதும் ஆராயப்படும்.

10
படிமத்தன்மை (இமேஜரி)

படிமத்தின் தேவை

அனுபவங்கள் புலன்களால் அமைகின்றன. உதாரணமாக, வசந்த காலம் என்று சொல்லும்போது, அதுபற்றி நமக்குள்ள சில உணர்வுகள், அதைப்பற்றி நாம் சிந்தனையிற்கொண்டுள்ள சில எண்ணங்கள் போன்றவற்றின் அடிப்படையில் சில புலன் உணர்வுத்தொகுதிகள் இருக்கின்றன. நீலவானம், வெண்மேகங்கள், பூக்கள், அவற்றின் வாசம், காலைநேரத்தில் பறவைகளின் பாடல். நறுமணத்தின் பரவல். தூய காற்று உடலின்மீது மோதும் பரவசம். பசுமை. அழகிய வயல்கள், தோப்புகள், தோட்டங்கள் எல்லாம் கண்முன் வருகின்றன. எனவே கவிஞனின்மொழி சாதாரண மொழியைவிட அதிகமும் உணர்வு சார்ந்ததாக இருக்கவேண்டும். அதில் படிமத்தன்மை காணப்பட வேண்டும் என்பதில் எந்த ஐயமும் இல்லை.

மிகஆச்சரியமானமுறையில் வண்ணமயமான அனுபவங்களை எழுப்புவதில் படிமத்தன்மை சிறப்பாகப் பயன்படுகிறது என்பதால், உணர்ச்சிகளை வெளிப்படுத்தவும், சிந்தனைகளைக் குறிப்பாக உணர்த்தவும், உணர்வுகளை மனத்தில் மீளாக்கம் செய்யவும் பயன் படுவதால் கவிஞனுக்கு ஒரு விலைமதிப்பற்ற மூலவளம் இதுதான். கவிஞர்கள் அருவமான, படிமத்தைக் கொள்ளமுடியாத வார்த்தைகளை விரும்புவதில்லை. மாறாக, உருவத்தன்மைகொண்ட, பருமையான, படிமத்தை ஏற்கக்கூடிய வார்த்தைகளை மிகவும் விரும்புகிறார்கள்.

தமிழில் படிமம்பற்றிய சிந்தனை பழங்காலத்திலிருந்தே இருந்து வந்துள்ளது. தொல்காப்பியம் 'பல்புகழ் நிறுத்த படிமையோனே' என்று ஆண்டுள்ளது. இன்று படிமம் என்றசொல் இமேஜ் என்ற ஆங்கிலச் சொல்லின் தமிழாக்கமாக வழங்குகிறது. இச்சொல்லின் அருவமாக்கம் தான் இமேஜரி (கற்பனை) என்னும் சொல். ஏறத்தாழ எழுபது களிலிருந்து இச்சொல் தமிழில் வழங்கி வருகிறது. தொடக்கத்தில் உருக்காட்சி என்ற சொல்லையும் பயன்படுத்தியுள்ளனர். இச்சொல், படிமத்தின் இயல்பை ஓரளவு தெளிவுபடுத்துவதாக உள்ளது.

படிமம் பற்றிய விளக்கம்

கவிஞர் சொற்களால் வருணிக்கின்ற ஒரு காட்சி வாசகர் உள்ளத்தில் தெளிவான காட்சியாக உருப்பெறுவது படிமம் ஆகும். புதுக்கவிதை பிரபலமாகுமுன்புவரை கற்பனை என்ற சொல்லே கற்பனையின் செயல்பாட்டையும், செயல்விளைவையும் குறிக்கும் ஒரேசொல்லாக வழங்கியது. புதுக்கவிதை புகுந்தபிறகு கற்பனை என்ற சொல்லின் போதாமை கருதிப்போலும், இச்சொல்லை சுவீகரித்துக்கொண்டனர். எனவே படிமம் என்பது (கவிதையில்) கற்பனையின் விளைவான காட்சிப்படுத்தும் ஒரு சொற்கோவையையும், அச்சொற்கோவை உருவாக்கும் மனச்சித்திரத்தையும் ஒருங்கே குறிக்கிறது. சங்க இலக்கியத்தில் அருமையான படிமங்கள் பலப்பல காணக் கிடக்கின்றன. இன்றைய படிமம், சங்க இலக்கியத்தில் உவமை, உருவகம், உவமப் போலி போன்ற பலவற்றைத் தன் கூறுகளாகக் கொண்டு இயங்கி வந்திருக்கிறது. படிமம் என்பது கவிதையின் அடிப்படை இயல்பு. எனவே எக்காலக் கவிதையிலும் படிமம் உண்டு.

பலவேறு துறைகளில் படிமம் என்ற சொல்லுக்குப் பலவகை அர்த்தங்கள் உண்டு. அடிப்படையில், ஒன்றைப் போன்ற உருவம், வழிபாட்டிற்குரிய சிலை, சிற்பம், ஓவியம், கண்ணாடியில் பிரதிபலிக்கின்ற பிம்பம், ஓர் உருப்பெருக்கியால் பெற்ற பிம்பம் போன்றவை இதன் அர்த்தங்கள். உணர்வும் அறிவுச்சேமிப்பும் இணைந்து உருவாக்கும் மனக்காட்சி இது.

இலக்கியப் படிமங்களைச் சொல்லோவியங்கள் என்று இருபதாம் நூற்றாண்டின் முதற்பாதியில் வழங்கிவந்திருக்கிறார்கள். சொற்களால் உணர்வுச் சித்திரமாக அமைந்தவை, ஓரளவு உருவகத்தன்மை கொண்டவை அவை. அவ்வுருவகத்தின் அடித்தளத்தில் மனித உணர்வு ஒன்று தொக்கி நிற்கும். வாசகரை இழுத்துப் பிடித்து, அவர்கள் மனத்தில் தைக்கின்ற வேகம் அதனுள் இருக்கும். தான் உணர்த்தவரும் பொருளோடு மெய்யான நெருக்கம் கொண்டதாக இருக்கும். இதுவரை காணப்படாத, அனுபவிக்கப்படாத துல்லியத்தோடு அது அமைந்து, புதிய தரிசனத்தின் வெளிப்பாட்டுணர்வைத் தருவதாக இருக்கும் (Precision and Revelation). 'படிமங்கள் தன்னுணர்வற்ற நிலையில் மனத்தில் சேகரிக்கப்பட்டு வகைப்படுத்தப்பட்ட அனுபவங்கள்' என்று ஒரு வரையறை சொல்கிறது.

'அறிவாலும் உணர்ச்சியாலும ஆன ஒரு மனபாவனையை ஒரு நொடிப்பொழுதில் தெரியக் காட்டுவதுதான் படிமம். ஒரு ஓவியமோ சிற்பமோ தன்னை வேறுவித ஊடகங்கள் மூலமாக வெளிப்படுத்திக் கொள்கின்ற ஒரு கவிதையாகும்' என்கிறார் எஸ்ரா பவுண்டு.

ரிச்சட்ஸின் கருத்து

இரண்டு அருவப் பொருள்களுக்கிடையிலான ஒப்புமை, படிமத்தை உருவாக்க இயலாது. எனவே எல்லா உருவகங்களையும் ஒப்புமை களையும் படிமம் எனக்கூடாது. ஐ.ஏ. ரிச்சட்ஸ் தமது நூலான *The Philosophy of Rhetoric* என்பதில் ஒரு ஒப்புமைப் படிமத்தில் மூன்று உறுப்புகள் உள்ளன என்று குறிப்பிடுகிறார். அவை களம் அல்லது பொதுத்தன்மை (Ground), ஊர்தி (Vehicle), கருத்து (Tenor) என்பன. ஊர்தி என்பதை உவமானம் என்றும், கருத்து என்பதை உவமேயம் என்றும் ஏறத்தாழக் கூறலாம்.

ஒப்பீட்டிற்குத் தேவைப்படுவன இருபொருள்களோ, எண்ணங் களோ, உணர்வுகளோ ஆகும். முதலில் தோன்றுவது சிந்தனையால் உருவாகும் கருத்து (டெனர்). அதன்பயனாக ஒப்பீடு தோன்றுகிறது. ஒப்பீட்டின் விளைவாகத் தோன்றும் சொல் வடிவம் கருத்தினை ஏற்றிச்செல்லும் ஊர்தியாக வெளிப்படுகிறது. அதாவது சிந்தனையில் தோன்றிய கருத்து, சொல்லின் மூலமாகக் காட்சிப் பொருளையோ, கருத்துப் பொருளையோ குறித்த படிமமாக வெளிப்படுகிறது என்கிறார் ரிச்சட்ஸ். இவ்வாறு படிமம் உருவாகும்போது கவிதையில் வெற்றுச் சொற்கள் அமைவதில்லை. இலக்கிய வெளிப்பாட்டு முறைகளில் சிறந்ததாகவும், படைப்போருக்கும் படிப்போருக்கும் இடையில் நெருக்கமான மனத்தொடர்பை ஏற்படுத்துவதாகவும் படிமம் அமைகிறது.

படிமம் என்பது அடிப்படையில், *சொல்லவந்ததைக் காட்சிப் படுத்திக் கூறுவதுதான்.* கண்ணால் காணமுடியாத அருவப்பொருள்களையும் கருத்துகளையும் காட்சிப் படுத்தவல்லது படிமம். அவ்வாறு காட்சிப் படுத்துவதற்காகக் கவிஞன் சொற்றொடர்களையும், உவமைகளையும், உருவகங்களையும், வேறுபலவித அணிகளையும் பயன்படுத்து கின்றான். இவ்வகையில் படிமம் என்பது இலக்கியக்கருவிகளின் கூட்டுக் கலப்பாக இருப்பதால் இதனை உவமை உருவகம் போன்ற அணிவகையாக வரையறுப்பது இயலாது. படிமங்கள் புதிதாக உருவா வதற்கு ஒப்பீட்டில் புதுமை, தெளிவு, பொருத்தம், பொருட்தன்மை (Thinginess) வெளிப்பாடு, யாவற்றையும் வெளிப்படையாகச் சொற் பெருக்கத்தால் விளக்கிவிடாதிருத்தல், குறித்ததன்மையை வெளியிடல், அறிவார்த்தத்தன்மை, சுருக்கம், உணர்ச்சி ஆகிய தன்மைகள் பயன் படுகின்றன.

படிமவெளிப்பாடு

படிமம் கவிதைக்கு அழகூட்டும் அலங்காரப் பொருளன்று. ஒரு

படைப்பின் உள்ளடக்கம், உருவம், ஆத்மா என்னும் அளவிற்குப் படிமங்கள் செயல்படுவதுண்டு. படிமங்களை மிகச் செறிவாகப் பயன் படுத்தும் நிலையில் அவை இருண்மைப் பண்புடையனவாக மாறி விடும் அபாயம் உருவாகிறது. பல சமயங்களில் தமிழில் எழுதப்படும் கவிதைகள் இருண்மை கொள்ளாவிட்டாலும், முயன்று பொருள் காண வேண்டிய அளவில் உள்ளன. எனினும் கூற வந்ததை மிகச் சிறப்பாக வெளிப்படுத்துவதில் படிமம் உறுதியான பங்குவகிக்கிறது. சான்றாக

அள்ளிக்
கைப்பள்ளத்தில் தேக்கிய நீர்
நதிக்கு அந்நியமாச்சு
இது நிச்சலனம்.
ஆகாயம் அலைபுரளும் அதில்.
கைநீரைக் கவிழ்த்தேன்
போகும் நதியில் எது என் நீர்?

இக்கவிதைப் பொருளைப் படிமப்பயன்பாடின்றி வெளிப்படுத்துவது கடினம். அருவமான விஷயங்களையும் படிமம் காட்சிப்படுத்தி எளிதில் மனத்தில் தைக்கச் செய்கிறது.

நமது வாழ்க்கையிலிருந்து நாம் அந்நியப்பட்டுக் கிடக்கிறோம். மிக நெருங்கியவர்களையும் நம்மால் ஞாபகம் வைத்துக்கொள்ள முடிவ தில்லை. ஏதோ கேள்விப்பட்ட பெயராக இருக்கிறதே என்று விசாரிக் கிறோம். ஆனால் கேட்டு உறுதிப்படுத்திக் கொண்டபிறகு நின்று நிதானமாகப் பேசவும் யோசிக்கிறோம். அவரவர் ஜோலி அவரவர்க்கு என்று மனிதநேயமின்றிப் போய்க்கொண்டே இருக்கிறோம். இந்த அருவமான கருத்தை நகுலன் கவிதையாக்கும் முறையைப் பாருங்கள்.

ராமச்சந்திரனா
என்று கேட்டேன்
ராமச்சந்திரன்
என்றார்
எந்த ராமச்சந்திரன்
என்று நான் கேட்கவுமில்லை
அவர் சொல்லவுமில்லை.

அருவமான கருத்தை எப்படி உருவப்படுத்துகிறார் பாருங்கள். ஒரு கல்யாண வீட்டில், அல்லது இழவுக்காரியத்துக்குப் போன இடத்தில், அல்லது ஒரு நண்பர் சந்திப்பில், இக்காட்சி தினசரி நிகழக்கூடியது தானே? பெயரைக் கேட்டவருக்குப் பெயர் தெரிந்து விடுகிறது. அது போதும். அதற்குமேல் எதுவும் தேவையில்லை.

படிமத்தின் வகைகள்

படிமங்களின் சிறப்புத் தன்மை, வெளிப்படும் பொருளின் தன்மை போன்ற பல அடிப்படைகளைக்கொண்டு படிமங்களைப் பலவகை யாகப் பகுத்துள்ளனர். ஆய்வாளர்களின் மனப்போக்கிற்கும் தரவு களின் தன்மைக்கும் ஏற்பப் பலவகையாகப் பாகுபாடுகள் அமைவதைப் பார்க்கிறோம். எடுத்துக்காட்டாக, கவிஞர் தாந்தேயின் படிமங்களைப் பற்றி ஆராய்ந்த சி.எஸ். லூயிஸ், நறுமணப் படிமம், நிலப் படிமம், உளவியல் படிமம், குழந்தைமைப் படிமம், பாலியல் படிமம், வானியல் படிமம், பயணப் படிமம், விலங்கியல் படிமம், வெம்மைப் படிமம், வேளாண்மைப் படிமம், தொழில்நுட்பப் படிமம், ஒளிப் படிமம் என்றெல்லாம் பகுத்துப் பார்த்துள்ளார். வேறொரு கவிஞரை மதிப்பிட்டால் நாம் வேறுவகையிலும் இம்மாதிரிப் பகுப்புகளை உருவாக்கலாம்.

தமிழ்ப் புதுக்கவிதைகளில் காணப்படும் படிமங்களை அழகியற் படிமம், கொள்கை முழக்கப் படிமம், அங்கதப் படிமம், தொன்மவியற் படிமம், நிகழ்ச்சிப் படிமம், முரண்பொருட் படிமம், புதுமையியற் படிமம், மிகைநவிற்சிப் படிமம், தத்துவப் படிமம், இளிவரல் படிமம் என்று சி.இ. மறைமலை வகைப்படுத்தியுள்ளார். இம்மாதிரிப் பெயர் தந்து பகுப்பதில் எவ்விதப் பயனுமில்லை. எனவே அவற்றை நாம் விட்டுவிடலாம். கவிதைகளில் காட்சிப்படிமம் (விஷுவல் இமேஜ்) மட்டுமே மிகுதியாகப் பயன்படுகிறது.

பழந்தமிழ் இலக்கியங்களில் படிமங்கள்

சங்கஇலக்கியத்தில், அகநானூற்றில் காட்சிப்படிமம் கொண்ட பாக்கள் சிறப்பாக அமைந்துள்ளன. சான்றாக,

ஓவச்செய்தியின் ஒன்று நினைத்து ஒற்றிப்
பாவை மாய்த்த பனிநீர் நோக்கமொடு
ஆகத்தொடுக்கிய புதல்வன் புன்றலை
தூநீர் பயந்த துணையமைப் பிணையல்
மோயினள் உயிர்த்த காலை.... .... (அகம்.5)

தலைவன் தன்னைப் பிரிந்து செல்லப்போகிறான் என்பதைக் குறிப்பால் அறிகிறாள் தலைவி. அவன் போகக்கூடாது என்று சொல்ல நினைத்து அருகில் சென்று நிற்கிறாள். ஆனால் பேச்சு வரவில்லை. அலங்காரமற்ற கோட்டோவியப் பாவை போல அவள் தோற்றம் இருக்கிறது. கண்ணீர் நிரம்பிய பார்வை. மார்பில் தன் புதல்வனை அணைத்திருக்கிறாள். அவன் தலையிலே சூட்டியிருந்த, தூயநீர்

சொட்டும் பூக்களால் தொகுக்கப்பெற்ற செங்கழுநீர் மாலையை முகர்ந்து பார்க்கிறாள். பிறகு பெருமூச்சு விடுகிறாள். இப்படி ஒரு தலைவி தலைவனருகில் நிற்கும் காட்சி மிக அற்புதமாகக் காட்சிப் படுத்தப்பட்டுள்ளது இக்கவிதையில்.

சங்க இலக்கியமே அன்றி, இடைக்கால இலக்கியங்களிலும் படிமக் காட்சிகள் சிறப்பாக அமைந்துள்ளன. குறிப்பாக ஆழ்வார் பாடல்களில் படிமத்தன்மை மிகுதி.

பவ்வநீர் உடை ஆடையாகச் சுற்றி பாரகிலம் திருவடியா பவனம் மெய்யா

செவ்வி மாதிரம் எட்டும் தோளா, கண்டம் திருமுடியா நின்றான் பால்,

எனவரும் ஆழ்வார்ப் பாசுரத்தின் பொருளைப் பின்வருமாறு விளக்குவர்:

எம்பெருமான் உலக உருவமாயிருக்கும் நிலையைத் திருமங்கை யாழ்வார் அனுபவித்து மகிழ்கின்றார். எங்கும் பரவியுள்ள (விபுவான) எம்பெருமானுக்குக் கடல்நீர் ஆடையாகின்றது. பூமிப் பரப்பெல்லாம் திருவடியாகின்றது. வளிமண்டலம் திருமேனி யாகின்றது. திசைகளெட்டும் திருத்தோள்களாகின்றன. கண்ட கடாகம் திருவபிடேகமாகின்றது. இப்பேருருவம் விசுவரூப தரிசனம் போன்றது.

இவ்வருணனை சிறப்பான காட்சிப்படிமமாக அமைந்துள்ளதைக் காணலாம். கம்பராமாயணத்தில் படிமத்தன்மை பற்றிச் சொல்லவே வேண்டியதில்லை. ஒரு சிறிய உதாரணம்.

கடலோ மழையோ முழுநீலக் கல்லோ காயா நறும்போதோ
படர்பூங் குவளை நறுமலரோ நீலோற்பலமோ பானலோ
இடர்சேர் மடவார் உயிருண்ட தீயாதோ வென்று தளர்வாள்முன்
அடல்சேர் அசுரர் நிறம்போலும் அந்தி மாலை வந்ததுவே.

(கம்ப. பாலகாண்டம். மிதிலை.65)

அண்ணலும் நோக்கினான், அவளும் நோக்கினாள். பிறகு அந்திமாலையில் சீதாப்பிராட்டி படும் விரகவேதனை கவிக்கூற்றாக இப்பாடலில் காட்டப்படுகின்றது. கடல், கார்மேகம், முழுநீலக்கல், காயா நறும்போது, குவளை, நீலோற்பலம், கருநெய்தல் ஆகிய ஏழும் அவளுக்கு இராமபிரானது திருமேனியை நினைவுபடுத்துகின்றன. இருள் பரவுகிறது, செக்கர் வானத்தினைக் கொள்ளும் அந்தி மாலை, கருநிறத்தோடு உடலெங்கும் செம்பட்டை மயிரைக்கொண்டிருக்கும் அசுரரைக் கண்முன் கொண்டுவந்து காட்டுகிறது.

கருத்துப்படிமம்

கவிஞனின் தலையாய நோக்கம் தன் கருத்தைப் படைப்பில் வெளிப் படுத்துவதாகும். 'ஒன்றை அறிவிப்பதன்று கவிஞனின் நோக்கம். ஒன்றை உணர்த்திவைப்பதே கவிஞனின் தொழிலாகும்' என்பர் க. கைலாசபதி. உளவியல் நோக்கில் தன் உள்ளக் கருத்தை நேரடியாகக் கூறாமல் மறைமுகமாக, குறிப்புப்பொருள் வாயிலாகச் சுட்டிக்காட்டக் கருத்துப் படிமம் என்ற ஒன்று கையாளப்படுகிறது என்கிறார்கள் சிலர். அதாவது ஏற்கெனவே உள்ள சொல்லோவியம் என்ற காட்சித்தன்மையோடு ஒரு கருத்தும் இணைகிறது என்பதுதான் அவர்கள் சொல்வது. (இதனை நாம் ஒப்ப வேண்டும் என்ற தேவையில்லை.) அகநானூற்றில் கருத்துப் படிமம் சிறப்பாக அமைந்துள்ளதைப் பார்க்கலாம்:

சேற்றுநிலை முனைஇய செங்கட் காரான்
ஊர்மடி கங்குலின் நோன்தளைப் பிரிந்து
கூர்முள் வேலி கோட்டின் நீக்கி
நீர்முதிர்ப் பழனத்து மீன்உடன் இரிய
அந்தூம்பு வள்ளை மயக்கித் தாமரை
வண்டூது பனிமலர் ஆரும் ஊர.... (அகம்.46)

இது தோழி தலைவனின் பரத்தமை ஒழுக்கத்தை மறைமுகமாகக் கண்டித்து அவனை ஏற்க மறுத்துக் கூறும் கருத்தமைந்த பாடலாகும். 'எருமை மாடுதான் நிற்குமிடத்தை நீர் சாணம் இவற்றால் சேறாக்கிக் கொண்டு, ஊர் உறங்கும் வேளையில் கட்டுத்தறியை முறித்து, முள்வேலியைக் கொம்பால் அகற்றிவிட்டு, நீர் நிறைந்த குளத்திலே புகுந்து, அதிலுள்ள மீன்கள் அஞ்சியோட, வள்ளைக்கொடிகளைச் சிதைத்துவிட்டு, வண்டு ரீங்காரமிடும் புதிய பனிபுலராத தாமரை மலர்களைத் தின்னும் ஊரனே!' என்று தலைவனைத் தோழி விளிக் கிறாள். தலைவனின் பரத்தைமை ஒழுக்கத்தை நாம் புரிந்துகொள்ளச் சிறந்த கருவியாக

மேற்படிமத்திலுள்ள உள்ளுறைஉவமை அமைந்து, அவனது தீயொழுக்கத்தைத் தோழி ஒப்பவில்லை என்பதையும் காட்டும் கருத்தமைந்துள்ளதால் கருத்துப்படிமமாகக் கொள்ளலாம்.

பிற புலனுணர்வுப்படிமங்கள்

கவிஞன் பயன்படுத்தும் சொற்களின் ஒலிநயம் படிமத்தை உருவாக்க மிகவும் பயன்படுகிறது. மனக்காட்சியாகின்ற காட்சிப்படிமம்தான் அதிகமாகப் பயன்படுவது. படிமம் என்ற உடனே காட்சிப் படிமத்தைத் தான் நினைக்கிறோம். ஆனால் ஒலி, சுவை, வாசனை, தொடுவுணர்வு

சார்ந்த படிமங்களும் இருக்கக்கூடும். இன்னும் பல விதமாக-கடினம், மென்மை, வெப்பம், குளிர்சார்ந்த படிமங்கள்-உள்ளுணர்ச்சி சார்ந்தவை -பசி, தாகம், குமட்டல்-இழுவிசை, இயக்கம் போன்றவை சார்ந்தும் இருக்கலாம். ஆனால் காட்சிப்படிமத்தைத் தவிர ஏனையவற்றை மனக்கண்ணில் உருவாக்குவது மிகக்கடினம்.

காதினால் ஒலியைக் கேட்டு உள்ளத்தைப் பறிகொடுக்கச் செய்யும் படிமம், செவிப்புலப் படிமம் என்று வகைப்படுத்துவார்கள். செவிப்புலப் படிமம் என்பதில் எனக்கு அவ்வளவாக நம்பிக்கையில்லை என்றாலும், ஒருவாறு ஏற்றுக்கொள்ளலாம் என்று தோன்றுகிறது. ஏனெனில்:

- காட்சிப்படிமம், எப்படி மனக்கண்முன் காட்சியை உருவாக்கிக் காட்டுகிறதோ, அதுபோலச் செவிப்புலப்படிமம் என்றால் மனக்காதில் அவ்வொலி ஒலிக்கவேண்டும்.
- முகர்தல் படிமம் என்றால், செய்யுளில் வருணிக்கப்படும் மணம், நமது மனத்தில் அவ்வாசனையை அனுபவிக்கச்செய்யவேண்டும்.

எனவேதான் காட்சிப்படிமம் ஒன்றே படிமமாகக் கொள்ளப்படுகிறது. என்றாலும், செவிப்புலப் படிமத்தினையும் பலர் கூறியுள்ளதால் அதனை ஒருவகையில் இப்படியிருக்குமோ என்ற ஐயத்தில் ஆழ்வார் பாடல் ஒன்றைக் காட்டுகிறேன்.

கீசுகீசென்று எங்கும் ஆனைச்சாத்தன் கலந்துபோய்ப்
பேசின பேச்சரவம் கேட்டிலையோ பெண்ணே
காசும் பிறப்பும் கலகலப்பக் கைகோத்து
வாசநறுங்குழல் ஆய்ச்சியர் மத்தினால்
ஓசைப்படுத்தத் தயிரரவம் கேட்டிலையோ
நாயகப் பெண்பிள்ளாய் நாராயணன் மூர்த்தி
கேசவனைப் பாடவும் நீ கேட்டே கிடத்தியோ?
தேசமுடையாய் திறவேலோர் எம்பாவாய். (திருப்பாவை. 7)

இப்பாசுரத்தில் கீசுகீசென்ற ஆனைச்சாத்தனின் பேரரவம், காசும் பிறப்பும் கலகலத்தல், மத்தினால் ஓசைப்படுத்தின தயிரரவம், கேசவனைப் பாடுதல் இவை யாவும் சொல்லப்படுகின்றன. சகர ஒலி மிகுதியாகப் பயின்று ஒருவகை ஒலித்தன்மையை விளைவிக்கிறது. இம்மாதிரி உள்ளவற்றைச் செவிப்புலப் படிமங்களாகக் கொள்ளலாகுமா என்பதை நல்ல இலக்கிய அனுபவசாலிகள்தான் சொல்லவேண்டும். இதே போன்ற நோக்கில்,

வேங்கடத்து அரிவைப் பாரி கீறியை
வெண்ணெய் உண்டு உரலினிடை ஆப்புண்ட
தீங்கரும்பினைத் தேனை நன்பாலினை

அன்றி என் மனம் சிந்தை செய்யாதே. (பெரிய திருவாய்மொழி. 7)
போன்றவற்றைச் சுவைப்படிமம் என்று சொல்லலாகுமா?

கருப்பூரம் நாறுமோ கமலப்பூ நாறுமோ
திருப்பவளச் செவ்வாய்தான் தித்தித்திருக்குமோ
மருப்பொசித்த மாதவன் தன் வாய்ச்சுவையும் நாற்றமும்
விருப்புற்றுக் கேட்கின்றேன் சொல்லாழி வெண்சங்கே.

(நாச்சியார் திருமொழி)

என்பது வாசனைப்படிமம் ஆகுமா? இவற்றையெல்லாம் கவியுணர்ச்சி மிக்கவர் ஆராய்ந்து கூறவேண்டும்.

ஒன்றைப் பற்றிச் சொல்வது படிமம் அல்ல, அதைப் பற்றிய விளைவை மனத்தில் எழுப்புவதுதான் படிமத்தன்மை என்பது நான் சொல்லவரும் விஷயம்.

படிமத்தன்மை

படிமம் என்பது ஆங்கிலத்தில் இமேஜ் எனப்படுகிறது. படிமங்கள் தொகுப்பாக அமைந்து ஒரேவித உணர்வை உண்டாக்கும்போது அவை படிமத்தன்மை (இமேஜரி) எனப்படுகின்றது. படிமத்தன்மை என்பது ஒரு புலவர் பாடிய பல பாடல்களில் காணப்படும் படிம அனுபவங்களைத் தொகுத்து நோக்குவதாக அமையலாம். ஒரே துறை சார்ந்த அகப்பாக்களிலும் புறப்பாக்களிலும் ஒத்த தன்மையுடைய படிமங்களின் தொகுப்பினால் உருவாகும் உணர்வுத் தன்மையாகவும் அமையலாம். அல்லது ஒரே திணைசார்ந்த பாக்களின் படிம அனுபவத் தொகுப்பாகவும் அமையலாம்.

சான்றாக, சங்ககாலக் கையறுநிலைப்பாக்கள் அனைத்திலும் ஒரே விதமான படிமங்கள் பயின்று வருவதைக் காணலாம். எந்தப் புலவர் பாடியிருந்தாலும், படிமக் காட்சிகள் ஒரேதன்மை கொண்டனவாக அமைந்துவிடுகின்றன. அதனால் இம்மாதிரிச் சமயங்களில் தனித்த படிமம் ஒன்றைக் கருதுவது கிடையாது. தொகுப்பான இந்த உணர்வனுபவங்களை எழுப்புகின்ற கருவியைப் படிமத்தன்மை என்கிறோம்.

இவ்வாறே முல்லைத் திணையில் எந்தப் புலவர் பாடியிருப்பினும், ஒரேதன்மை உடைய படிமங்கள் அமைவதைக் காணலாம். சான்றாக, கார்கால முதற்பெயல் பெய்தல், முல்லைப் பூக்கள் மலர்தல், காயா, கொன்றை போன்ற மலர்களும் மலர்தல், இயற்கை வளமான தோற்றத்தைப் பெறுதல் போன்ற படிமங்கள் பொதுவாக அமைகின்றன.

எனவே முல்லைத்திணையின் படிமத்தன்மை என்று இத்தொகுப்பினைக் கூறலாம். இம்மாதிரியே ஒவ்வொரு திணைக்கும் படிமத்தன்மைகள் அமைந்துள்ளன.

அருவி ஆன்ற பெருவரை மருங்கில்
சூர்ச்சுனை துழைஇ நீர்ப்பயம் காணாது
பாசி தின்ற பைங்கண் யானை
ஓய்பசிப் பிடியொடு ஒருதிறன் ஒடுங்க
வேய்கண் உடைந்த வெயில் அவிர் நனந்தலை (அகம்.91)

கொடிய வெயில். அருவிகள், சுனைகள் வற்றிவிட்டன. அதனால் பெரிய மலைப் பகுதி பாலையாக மாறிவிட்டது. பசித்த யானை நீர்வேட்கையால் சுனையைத் துழாவிப் பார்த்து, நீரைக்காணாது வருந்துகின்றது. பிறகு அங்கே உலர்ந்துகிடக்கும் பாசியைத் தின்று அயர்ச்சிதரும் பசியால் வருந்துகின்ற பெண்யானையுடன் ஒரு பக்கத்தில் ஒடுங்கிக் கிடக்கின்றது. அந்தப் பாலை வெயிலில் மூங்கில்கள் கணுக் களும் வெடித்து உடைகின்றன. இன்னொரு பாட்டில்:

பனைவெளிறு அருந்து பைங்கண் யானை
ஒண்சுடர் முதிரா இளங்கதிர் அமையத்துக்
கண்படுபாயல் கையொடுங்கு அசைநிலை
நாள்வேட்டு எழுந்த நயனில் பரதவர்
வைகுகடல் அம்பியின் தோன்றும்... (அகம்.187)

வெயில்மிக்க பாலை. பசியினால் பனங் குருத்தைத் தின்னும் யானை. இத்தனைக்கும் இன்னும் சுடர்முதிராத இளங்கதிரைக்கொண்ட காலை நேரம்தான். தான் வழக்கமாக உறங்குமிடத்தில் செயலொடுங்கி அசைந்துகொண்டிருக்கிறது அந்த யானை. அதன் அசைவு, பரதவர் காலையில் மீன்வேட்டை மேற்கொண்டு புறப்படும்போது கடலில் தோணி அசைவது போலத் தோன்றுகிறது.

இவ்வாறு, மாமூலனார் பாடிய இரு பாடல்களிலும், பாலையின் கொடுமை ஒரேவிதமாகச் சிறப்பாகச் சித்திரிக்கப்பட்டுள்ளது. இதுபோலப் பிறர் பாடல்களிலும் வேனிற்காலத்தின் கொடுமையை, யானை அல்லது பிற விலங்குகள் அவதியுறுவதைக் காட்டிச் சித்திரிக்கும் தன்மையைக் காணலாம். இதனைப் பாலைநிலப் படிமத்தன்மை எனலாம்.

படிமஇயக்கம்

படிமஇயக்கம் (இமேஜிஸம்) என்பது இருபதாம் நூற்றாண்டின் தொடக்கத்தில் தோன்றிய ஓர் இலக்கிய இயக்கம். படிமங்களை

உருவாக்குவதே கவிதை என்ற கோட்பாட்டை அடிப்படையாகக் கொண்டது இது. 1908ஆம் ஆண்டு சோகோ என்னுமிடத்தில் கவிஞர்கள் வாரந்தோறும் புதன்கிழமை ஒன்றுகூடிக் கவிதை இன்பம் துய்ப்பதற் கெனக் 'கவிஞர்கள் சங்கம்' என்ற ஓர்அமைப்பை உருவாக்கினர். இதற்கு முக்கியக் காரணமாக அமைந்தவர் டி.இ. ஹியூம் என்பவர். இச்சங்கம்தான் படிம இயக்கத்தின் தோற்றக்களமாக அமைந்தது. இச்சங்கத்தில் 1909இல் சேர்ந்த எஸ்ரா பவுண்டு, படிமஇயக்கத்தின் தலைவர் ஆனார். 1915க்குள் இவ்வியக்கம் விரைந்த வளர்ச்சி பெற்றது. டி.இ. ஹியூம், பவுண்டு, ஹில்டா டூலிட்டில் ஆகியோரின் கருத்துகள் படிமவியக் கோட்பாட்டின் முன்னோடிச் சிந்தனைகளாகஅமைந்தன.

'சுருக்கமான, சரியான வருணனைதான் கவிதையின் நோக்கம். சாதாரண மனிதனின் பார்வையைக் காட்டிலும் கவிஞனின் பார்வை, பொருள்களின் உண்மை நிலைகளை உணர்த்தவல்லது' என்று டி.இ. ஹியூம் கூறினார்.

படிமம் இல்லாமலும் கவிதை அமையலாம் என்பதைப் படிம இயக்கத்தினர் ஒப்புக்கொள்ளவில்லை. ஆனால் இலக்கிய வரலாற்றில் படிமக்கலப்பற்ற கவிதைகள் பலசமயங்களில் வரையப்பட்டிருப்பதை நாம் காண்கிறோம். குறிப்பாக அறநூல்கள் இப்படிப்பட்டவை. படிமத்தன்மை காணப்படாக் குறட்பாக்கள் ஏராளமாக உண்டு. எனவே படிமஇயக்கத்தின் கோட்பாடுகள் ஒரு தீவிரத்தன்மை சார்ந்தவையாகக் கருதப்பட வேண்டுமே தவிர, பொதுஉண்மையென ஏற்றுக்கொண்டால் இலக்கியவரலாற்றில் எத்தனையோவிதமான கவிதைகளைப் புறமொதுக்க நேரிடும்.

எனவே ஒரு கவிதையில் இடம்பெற்றுள்ள படிமங்களின் தன்மை யையோ அல்லது அளவையோ மட்டும் வைத்து அதனை மதிப்பிட்டு விட முடியாது. அனுபவத்தின் கருவிகளில் புலனுணர்வு என்பது ஒரு பகுதி மட்டுமே. படிமத்தை அன்றி வேறு வகைகளிலும் கவிஞன் தன் நோக்கத்தை நிறைவேற்றமுடியும். கவிதையின் முழுக் கருத்துக்கு உதவும் வகையிலேயே அதன் கூறுகளை மதிப்பிடவேண்டுமே அன்றி, தனிக்கூறுகளை வைத்து மதிப்பிட்டுவிடக்கூடாது.

11

அணிசார் மொழி - உருவகம்

பலவகைப்பட்ட உலக இலக்கியங்களுக்கும் பொதுவாக விளங்குவன உருவகம், உவமை போன்ற அணிகள். கவிதையின் உயிர்நாடி உருவகம் என்று மேற்கத்தியத் திறனாய்வாளர்கள் கருதுகின்றனர். 'கவிதை ஒன்றைச் சொல்லி இன்னொன்றைப் பெறவைப்பதற்கு யாவரும் ஒப்பக்கூடியதொரு வழியை அளிக்கிறது' என்கிறார் ராபர்ட் ஃப்ராஸ்ட்.

வாழ்க்கையில் அணிசார்மொழி

பலத்த மழை. சோவென்று ஊற்றுகிறது. அதில் முற்றிலும் நனைந்து கொண்டே வந்த நண்பர் வீட்டில் நுழைகிறார். அதைப்பார்த்தவுடன், 'அடாடா, என்னப்பா கொஞ்சம் நனைந்துவிட்டாய் போலிருக்கிறதே' என்கிறீர்கள். 'கொஞ்சமா? வானம் கூரையைப் பொத்துக் கொண்டு கொட்டுகிறது. ஊறுகாய்போல் ஆகிவிட்டேன்' என்கிறார் அவர். முழுக்க நனைந்து வந்தவரைப் பார்த்து 'ஏதோ கொஞ்சம் நனைந்துவிட்டாய்' என்று சொல்வது குறைநவிற்சி (understatement). 'வானம் கூரையைப் பொத்துக்கொண்டு கொட்டுகிறது' என்பது இல்பொருள். 'ஊறுகாய்போல் ஆகிவிட்டேன்' என்று அவர் சொல்வது உவமையணி.

இப்படி நாம் எல்லோரும் வாழ்க்கையில் அணிசார்ந்த மொழியைப் பயன்படுத்தித்தான் பேசிக்கொண்டிருக்கிறோம். சிலசமயம் உணர்வதைவிடக் குறைத்துச்சொல்கிறோம், சிலசமயங்களில் மிகைப் படுத்திச் சொல்கிறோம். சில சமயங்களில் எதிர்மறையாகவும் சொல் கிறோம். தவறுசெய்த ஒருவனைப் பார்த்து 'ரொம்ப அழகாக இருக் கிறது நீ செய்தது' என்கிறோம். உண்மையில் அவன் செய்தது அழகு என்று நாம் பாராட்டவில்லை. அதற்கு எதிர்மறையைத்தான் அர்த்தப் படுத்துகிறோம். இதனைக் குறிப்புமுரண் என்பார்கள்.

மோலியேரின் 'லெ பூர்ஷ்வா ஜென்டில்ஹோம்' என்ற நாடகத்தில் யோர்தான் என்ற மனிதர் 'நான் வாழ்க்கையில் இதுவரை உரை நடையையா பேசிக்கொண்டிருந்தேன்' என்று ஆச்சரியமடைகிறார். அதுபோல ஒருவகையான கவிதைமொழியில்தான் நாமும் வாழ்நாள் முழுவதும் பேசுகிறோம் என்பதை அறிந்து நம்மில் பலரும் ஆச்சரிய மடையலாம்.

ஆனால் நாம் பயன்படுத்தும் மொழிக்கும், கவிஞன் பயன்படுத்தும் மொழிக்கும் வேறுபாடுஉண்டு. நாம் பயன்படுத்தும் உருவகம் போன்ற அணிக் கூறுகள் பெரும்பாலும் யாவரும் பயன்படுத்தித் தேய்ந்தவை. கவிஞர்கள் பயன்படுத்தும் அணிகள் புதியவை, அசலானவை. (இதற்கு மறுதலையாக, ஏற்கெனவே கூறியதுபோல, தேய்ந்துபோன அணிக் கூறுகள், சொற்றொடர்கள் போன்றவற்றைப் பயன்படுத்துவது கவிதை அல்ல என்றும் சொல்லலாம்.)

அணிசார்ந்த நடை

ஏதோ ஒன்றைச் சொல்வதும் இன்னொன்றைப் புரியவைப்பதும் முதல் பார்வையில் அபத்தமாகத் தோன்றக்கூடும். ஆனால் நாம் அனைவருமே அதைச் செய்கிறோம். தக்க காரணத்தோடு. நேராகச் சொல்வதைவிட அணிகள் வாயிலாகக் கூறும்போது இன்னும் வலுவாகவும் தெளிவாகவும் சொல்லலாம் என்பதுதான் காரணம். மொழிக்குப் பல பரிமாணங்களைக் கூட்ட உதவும் உபாயங்களில் ஒன்றுதான் அணி. அணிகளில் பலவகைகள் இருக்கின்றன. அணியைக் கையாளும் நடையை அணிசார் மொழி எனலாம். அதாவது நாம் நேர்ப்பொருள் கொள்ளவியலாத மொழி அது. ஒன்றை நேராகச் சொல்வதைவிட வேறு ஏதேனும் ஒரு வழியில் சொல்வது. ஒன்றைச் சொல்லி, இன்னொன்றைப் புரியவைப்பது என்றும் சொல்லலாம்.

அணிகளுக்கு எண்ணிக்கை இல்லை. ஆங்கிலத்தில் ஏறத்தாழ 250 அணிகள் குறிப்பிடப்படுகின்றன. நமது அலங்கார நூல்களில் ஏறத்தாழ முப்பது முதல் நூறுவரை அணிகள் காணப்படுகின்றன. ஆனால் ஏறத்தாழ ஒரு பத்து அணிகளுக்குமேல் பயன்படுத்துவதில், தெரிந்துகொள்வதில் பலரும் அக்கறைப்படுவதில்லை.

அணிசார்மொழி நாம் சாதாரணமாகக் கூறுவனவற்றைத் திறம்படக் கூறப் பயன்படுகிறது. அம்மாதிரித் திறனுக்குக் காரணங்கள் யாவை?

அணிநடையின் திறன்

முதலில், அணிசார் மொழி நமக்கு இன்பத்தைத் தருகிறது. ஒருவிதத்தில்

கற்பனை என்பது, ஒரு விஷயத்திலிருந்து இன்னொன்றிற்குத் திடீரெனத் தாவும் மனத் திறன் எனலாம். ஓர் ஏணியில் ஒவ்வொரு படியாக ஏறிச்செல்வதைவிட்டு ஒரேயடியாகக் கீழ்ப்படியிலிருந்து மேற்படிக்குத் தாவினால் எப்படியிருக்கும்? அதுபோன்றதுதான் கற்பனை. நம் கண்ணெதிரில் இல்லாத ஆட்களையும் பொருட்களையும் மனத்தில் காட்சியாக உருப்படுத்தும் திறனும் கற்பனைதான். படிமக்காட்சி இத்தகையது. இம்மாதிரிப் பாய்வதில், ஒற்றுமையற்ற பொருட்களுக்குள் ஒற்றுமைக் கூறுகளைக் காண்பதில் மனம் மகிழ்ச்சியடைகிறது.

அடுப்பில் எரியும் நெருப்பை நோக்கினால் கூடப் பல உருவங்கள் அதில் தோன்றுகின்றன. மேகங்களை நோக்கினால் அவை யானை போலவும், மாடு போலவும், மனிதமுகங்கள் போலவும், கட்டடம் போலவும் பலவேறு உருவங்களில் தோன்றுகின்றன. நிலவிலும் பாட்டி உட்கார்ந்து வடைசுடுவதாகக் கற்பனை செய்கிறோம்.

இம்மாதிரிக் கற்பனை செய்து காணும் தன்மைதான் உளவியல் ரீதியாக மனத்தை ஆராயும் கோல்ராஷ் சோதனையிலும் பயன் படுத்தப்படுகிறது. உருவமற்ற பொருள்களிலும் உருவங்களை நாம் காண்கிறோம்.

இரண்டாவது, அணிகள் அதிக அளவு படிமங்களைக் கவிதைக்குள் கொண்டு வருகின்றன. அருவமானவற்றை உருவப்படுத்துகின்றன. கவிதையை உணர்வு சார்ந்ததாக ஆக்குகின்றன. சில சமயங்களில் கவிஞர்கள் ஓர் அணியில் தொடங்கிப் பல வேறுஅணிகளை இயைத்து விடுவதும் வழக்கம். கவிதையின் உணர்வுப்புலனுக்கான ஆற்றலைப் பெருக்கும் ஒரு வழிதான் அணிசார் மொழி.

மூன்றாவது, வெறுமனே தகவல்தரும் கூற்றாக அமைபவற்றிற்கு உணர்ச்சித் தாக்கத்தை அதிகப்படுத்தும் வழியாக அணிகள் பயன் படுகின்றன. ஒருவர் தன் மகன் எங்கே சென்றான் என்று கேட்பதற்குப் பதிலாக, 'இந்தக் கழுதை எங்கே போய்த் தொலைந்தது' என்று கேட்கும்போது அதில் தகவலோடு உணர்ச்சிக்கூறும் சேர்கிறது. இதைவிட,

நல்லதோர் தாமரைப் பொய்கை நாள்மலர்மேல் பனிசோர
அல்லியும் தாது முதிர்ந்திட்டு அழகழிந்தால் ஒத்ததாலோ
இல்லம் வெறியோடிற்றாலோ என் மகளை எங்கும் காணேன்
மல்லரை அட்டவன் பின்போய் மதுரைப் புறம்புக்காள் கொல்லோ

என்று பெரியாழ்வார் பாடும்போது மகளை இழந்த உணர்ச்சித் தாக்கம் மிகுதிப்படுகிறது.

நான்காவது, அணிசார்மொழி செறிவாகச் சொல்வதற்கு, இறுக்கத் திற்கு உதவுகிறது. சொற்களைப் போலவே அணிகளும் பலபரிமாண முள்ளவைதான். ஷேக்ஸ்பியரின் மேக்பத் நாடகத்தில் லேடி மேக்பத் (மேக்பத்தின் மனைவி) தனது உயிரை விளித்துச் 'சின்னஞ்சிறிய மெழுகுவத்தியே, அணைந்துவிடு' என்கிறாள். மெழுகுவத்தி இங்கு உருவகம் என்பது சொல்லித் தெரியவேண்டிய அவசியமில்லை. இம்மாதிரி உருவகத்தைக் கையாளுவதில் நுட்பங்கள் பல உள்ளன.

மெழுகுவத்தி தொடங்குவதும் இருளில்தான், முடிவதும் இருளில் தான். ஆனால் எரியும்வரை ஆற்றலோடும் ஒளியோடும் இருக்கிறது. தன்னைத்தானே அழித்துக் கொண்டு சிறிதாகிறது. எச்சமயத்திலும் வாழ்க்கையைப்போல அதுவும் அணைந்து விடலாம் (சிறுகாற்றில்கூட). மனிதவாழ்க்கை போலவே சிறிய காலஅவகாசம்தான் அதற்கும். இப்படி அந்த உருவகத்தின் சிறப்புகளைச் சொல்லிக்கொண்டே போகலாம். இப்படிப் பலவேறு கோணங்களில் பலவேறு வார்த்தைகளில் சொல்ல வேண்டியதை ஒரு வார்த்தையில் சொல்லிவிடுகிறது அந்த உருவகம். அதேசமயம் வாழ்க்கை என்ற அருவமான ஒன்றை உருவப்படுத்துகிறது. கற்பனை இன்பத்தை நல்குகிறது. பெரும் அளவு உணர்வின் தாக்கத்தை யும் தருகிறது.

எனவே கவிதையை வாசிக்கக் கற்பதில் ஒரு கூறு, அணிசார் மொழியை புரிந்துகொள்ளும் திறனும்தான். ஆனால் தவறாகப் புரிந்து கொள்ளுதலாகிய அபாயமும் அதில் அடங்கியிருக்கிறது. ஆனால் யாவருக்கும் கற்பனைத்திறன் இருப்பதால் நாம் பெரும்பாலும் ஒரேமாதிரியான விளக்கங்களுக்குச் செல்லமுடிகிறது. சிறுவயதிலிருந்து வாசிப்பினால் கற்பனையை வளர்த்துக்கொள்ளவும் முடியும். அணிசார் மொழியை விளங்கிக்கொள்ளும் திறனும் கூடும்.

உருவகம்

ஒன்றைப்போல் ஒன்று இல்லாத இரண்டை ஒப்பிடப் பலசமயங்களில் உருவகமும் உவமையும் பயன்படுத்தப்படுகின்றன. உவமையில் போல, போன்று, மாதிரி என்றவாறு ஏதேனும் ஒரு சொல்லினால் (உவம உருபு) ஒப்புமை உணர்த்தப்படுகிறது. உருவகத்தில் ஒப்புமை உட்குறிப்பாக உள்ளது. உருவகச் சொல், நேர்ச்சொல்லுக்கு பதிலாக பதிலீடு செய்யப்படுகிறது.

உருவகம் பலவாறு அமையலாம். உருவகம்தான் ஆதி அணி. தமிழிலும், பிற இந்திய மொழிகளிலும் உவமைதான் எல்லாவற்றிற்கும் ஆதி அணி என்று தவறாகக் கருதிவிட்டார்கள். நாம் பேச்சில்

உருவகங்களைத்தான் மிகுதியாகக் கையாள்கிறோம். உவமையை அபூர்வமாகத்தான் கையாளுகிறோம். எப்போதும் மேலதிகாரிகளிடம் நைச்சியமாக நடப்பவனைப் பார்த்து 'அவன் ஒரு காக்காய்' என்கிறோம். காக்காய் மாதிரி, காக்காய் போல என்று சொல்வதில்லை. புத்திகுறைந்தவனாக நாம் நினைப்பவனைக் கழுதை என்கிறோம். சிந்தித்துப்பார்த்தால் நாம் தொண்ணூறு சதவீதம் உருவகத்தைத் தான் பயன்படுத்துகிறோமே ஒழிய உவமையைப் பேச்சில் பயன்படுத்துவதே யில்லை என்பதை உணரலாம்.

உவமையின் குறுக்கமன்று உருவகம்

உருவகம் என்பதை பதிலீடு என்று அல்லாமல் உவமையின் குறுக்க மாகக் கருதியதால் வினைச் சொற்களிலும் உருவகம் வரும் என்பதை மறந்துவிட்டோம், அதனை இலக்கணத்திலும் குறிப்பிடத் தவறி விட்டோம். உதாரணமாக, திருடிவிட்டான் என்பதற்குப் பதிலீடாக சுட்டுவிட்டான் என்ற சொல் பயன்படுத்தப்படுகிறது. சுட்டுவிட்டான் என்பது உருவகம். சுடுதல் என்பது நெருப்பால் சுடுதல் என்ற நேர்ப் பொருள் தரக்கூடியது. ஆனால் இங்கே திருடுதல் என்பதற்குப் பதிலீடு செய்யப்படுகிறது. நாமம் போட்டுவிட்டான், கம்பிநீட்டினான் என்று சொல்வதெல்லாம் வினை உருவகங்களே.

சாதாரணமாக நாம் பயன்படுத்தும் பேச்சில்கூட வினைச்சொற் களில்தான் அதிகஅளவில் உருவகங்கள் பயன்படுத்தப்படுகின்றன. உதாரணமாகப் 'பிடித்தல்' என்ற சொல்லைப் பாருங்கள். கையினால் ஒன்றைப்பற்றுதல், கையில் ஒன்றைக்கொள்ளுதல் போன்ற நேர்அர்த்தம் கொண்ட சொல் இது. ஆனால் நாம் 'எனக்குக் காப்பி பிடிக்காது' என்கிறோம். 'இந்தப் பையன் ஒருமுறை சொன்னால்போதும், பிடித்துக் கொள்ளுவான்' என்கிறோம். இந்தச் சொல்லைப் 'பாருங்கள்' என்று சொல்வதே உருவகம்தான். நம்மைச் சுற்றி எங்கும் வளமையைப் பார்க்கிறோம் என்றால், யாரும் கண்ணால் வளமையைப் பார்ப்ப தில்லை. அதை உணர்கிறோம் என்பதற்கு பதிலாகத்தான் பார்க்கிறோம் என்ற சொல் வருகிறது. 'சொல் வருகிறது' என்பதும் உருவகம்தான். சொல் என்ன நடந்தா வருகிறது?

இவ்வாறு எல்லாச் சொற்களிலும் உருவகத் தன்மையைக் காணத் தவறியதால், உருவகம் என்பது மாணவர்கள் தேர்வுக்குப் படிக்கும் அணிகளில் ஒன்றாகிவிட்டது. மேலும் அதன் பொருளும் தமிழாசிரியர் களால் குறுக்கப்பட்டுவிட்டது. 'மதிபோன்ற முகம்' என்பதை 'மதிமுகம்' என்றுசொன்னால் உவமத்தொகை, அதைத் தலைகீழாக மாற்றி, 'முகமதி' என்று கூறினால் உருவகம் என்று பள்ளிகளில்

கற்றுத்தருகிறார்கள். உருவகம் எங்கும் நிறைந்ததொரு மொழி என்பது மறக்கப்பட்டுவிட்டது.

கவிதையில் உருவகம்

மேற்காட்டியவாறு தினசரிப் பேச்சிலேயே உருவகங்கள் ஏராளமாகக் காணக் கிடக்கின்றன என்றால், கவிதையில் எங்கும் அது வியாபித்திருப்பதைக் கூறவும் வேண்டுமா? ஆங்காங்குச் சிறுசிறு பயன்களுக்காகக் காணப்படும் உருவகங்களை விட்டுப் பாட்டின் பொருளையே ஆளக் கூடிய அல்லது மாற்றக்கூடிய உருவகங்களைக் காண்பது நல்லது.

'பிறவிப் பெருங்கடல் நீந்துவர் நீந்தார் இறைவனடி சேராதார்' என்ற குறளை நோக்குவோம். அதில் பிறவி, கடலாக உருவகம் செய்யப்பட்டுள்ளது. இம்மாதிரி உள்ளவற்றைத்தான் சிறுசிறு பயன்பாட்டிற்கான உருவகங்கள் என்று சொல்கிறோம், தமிழ் இலக்கியத்தில் இவை காணப்படாத இடமே இல்லை.

புதுக்கவிதைகளில் உருவகங்கள் பெறும் இடம் மிகுதி. 'கம்பிகளில்லா சிறைச் சாலை உலகம்' என்று தேவதச்சன் எழுதுகிறார். இங்கு ஊர்தியும் பொருளும் (உவமையும் உவமேயமும்) அருகருகிலேயே வைக்கப்பட்டிருக்கின்றன. எனவே பொருள் மிகத் தெளிவாக உள்ளது.

இருட்டில் வாங்கினோம் / இன்னும் விடியவே இல்லை

என்று எழுதுகிறார் ஒரு கவிஞர். ஒருவகையில் எதை வாங்கினோம் என்றுகேட்கும் விடுகதைபோல இது தோன்றினாலும் இருட்டு, விடிதல் ஆகிய சொற்கள் இங்கு உருவகங்களாகவே பயன்படுகின்றன. எதை வாங்கினோம் என்ற கேள்வியை நாம் முதன்மைப்படுத்துவதில்லை. ஏனெனில் இதன் களம் (ground), அரசியல் விடுதலை பெற்ற செயல் என்று யாவருக்கும் தெரியும். இதுபோன்றவற்றைக் குறியீடுகள் என்று சொல்லக்கூடாது. ஏனெனில் இங்கு களம் வரையறுக்கப் பட்டிருக்கிறது.

இன்றியமையா உருவகங்கள்

'கொங்குதேர் வாழ்க்கை அஞ்சிறைத்தும்பி' என்று தொடங்குகின்ற குறுந்தொகைக் கவிதை யாவருக்கும் நன்கு தெரிந்த ஒன்று. இதைத் தலைவன் தலைவியின் நலம்பாராட்டிய கூற்றாகக் கொள்கிறோம். ஆனால் நேரடி அர்த்தத்தைவிட்டு (அதாவது தலைவன், ஒரு தும்பியைப் பார்த்து இச்செய்யுளைச் சொல்வதாகக் கூறுவதை விட்டு) ஆழ்ந்து நோக்கினால், 'கொங்குதேர் வாழ்க்கை அஞ்சிறைத் தும்பி' என்பது தலைவன் தன்னையே விளித்துக்கொள்வதாக அமையும்.

தும்பி என்பது தலைவனுக்கு உருவகம். தலைவன் படித்துக் கொண்டிருக்கின்ற மாணவன். (அல்லது பலவிதமான பெண்களையும் நன்கறிந்தவன்). தான் பல நூல்களையும் ஆராய்ந்து படித்துக் கொண்டிருப்பதை (பல பெண்களோடு தொடர்புகொண்டிருப்பதை) உருவகமாகக் 'கொங்குதேர் வாழ்க்கை அஞ்சிறைத் தும்பி' என்று விளித்துக்கொள்வதன் மூலம் தெளிவுபடுத்துகிறான் எனலாம். 'நீ பல நூல்களையும் ஆராய்ந்து கற்றிருக்கிறாயே, இத்தலைவியின் கூந்தலில் உள்ள நறுமணத்தைப்போல எங்கேனும் கண்டிருக்கிறாயா' என்று கேட்டுக்கொள்கிறான். இவை போன்றவற்றைக் கவிதைக்கு இன்றியமையா உருவகங்கள் எனலாம். இவை கவிதைப் பொருளையே ஆட்சிசெய்கின்றன. இவற்றைக் குறிப்பால் உணர்ந்துதான் பொருள் கொள்ள வேண்டும். இன்னொரு இன்றியமையா உருவகத்தைப் பழஞ்சான்றோர் பாக்களில் பார்த்து மேற்செல்லலாம். ஐங்குறுநூற்றி லுள்ள

அன்னாய் வாழி தோழி நம்படப்பைப்
பால்மயங்கு தேனினும் இனிய அவர்நாட்டு
உவலைக்கூவற் கீழ
மானுண்டெஞ்சிய கலுழி நீரே'

என்னும் கவிதையை அநேகமாக யாவரும் அறிந்திருப்பர். வரன்முறை யாக இப்பாட்டு தலைவியின் கற்புத்திறத்தை உணர்த்துவதாகக் கொள்ளப்படுகிறது. ஏனெனில் தன் பெற்றோர் இல்லத்தின் பாலைவிட அவள் தலைவனுடன் எளிய வாழ்க்கைநடத்திக் கலங்கல் நீரைக் குடிப்பதையே பெரிதாகக் கருதுகின்றாள் என்று பொருள் கொள்ளப் படுகிறது.

இக்கவிதையில் மான் என்பது தலைவனையும், மான் உண்டு எஞ்சிய கலுழி நீர் என்பது தலைவியையும் குறிக்கும் உருவகங்கள். பால்மயங்கு தேன் என்பது திருமணத்திற்கு முன் தலைவி தன் தோழியரோடு கலந்து பழகி வாழ்ந்த கள்ளம்கபடறியா இளமை வாழ்க்கையைக் குறிக்கிறது. இவ்வாறு கொள்ளும்போது தோழிகளோடும் பெற்றோரோடும் கூடியிருந்த தன் இளமைக்கால வாழ்வைவிடத் தலைவனோடு கலந்துவிட்ட இல்லற வாழ்க்கை இனிக்கிறது என்று தலைவி கூறுவதாக அமையும்.

இன்னொரு உதாரணத்தையும் காண்போம். 'நிலத்தினும் பெரிது...' என்ற குறுந்தொகைக் கவிதை நமக்குத் தெரியும். 'கருங்கோற்குறிஞ்சிப் பூக்கொண்டு பெருந்தேன் இழைக்கும் நாடனொடு நட்பே' (நிலத்தை விடப் பெரியது, வானத்தைவிட உயர்ந்தது, கடலைவிட அளவற்றது)

என்ற தொடர், தலைவி தலைவனோடு நடத்தும் இல்லறத்தை உருவகமாகக் குறிக்கிறது. கருங்கோற்குறிஞ்சிப்பூ இங்கே தலைவி. அப்பூவினால் பெருந்தேன் இழைத்தல் என்பது தலைவன் நடத்தும் இனியஇல்லறம்.

புதுக்கவிதைகள் பல இந்தத் தளத்தில்தான் இயங்குகின்றன. அவற்றை இம்மாதிரி இன்றியமையா உருவகங்களைக் கையாளுவ தாகக் கருதி வாசிக்கும்போதுதான் அவற்றின் பொருள் சிறக்கிறது. சான்றாக ஒரு கவிதை.

ஒரு கூரைமேல்
காக்கைக்கும் அணிலுக்கும் சண்டை
அணில் துரத்த காக்கை பறந்தது
காக்கை பறக்க அணில் தாவியது
முடிவில்
அணில் பறந்தது
காக்கை ஓடியது
ஒன்றுக்கும் ஒன்றும் ஆகவில்லை.   (ஆத்மாநாம்)

இதை வெறும் நேர்ப்பொருளிலும் கொள்ளலாம். ஆனால் இக்கவிதையின் தலைப்பு 'உலக மகாயுத்தம்'. இந்தத் தலைப்பு வேறுதளத்தில் இக்கவிதையின் பொருளை யோசிக்கத் தூண்டுகிறது.

காக்கை என்பது என்ன? அணில் என்பது என்ன? எந்த எந்த நாடுகளை இவை குறிக்கின்றன? இப்படியெல்லாம் கருதிநோக்கும் போது வேறுவித அர்த்தம் தோன்றுவதை அறியலாம். இன்றைக்கு எதிர்எதிர்க் கட்சிகள் இடும் சண்டையைக்கூட நாம் நினைக்கமுடியும். அல்லது கிராமங்களில் பாரம்பரியமாக வரும் குடும்பச் சண்டைக ளையும் கற்பனை செய்யலாம். ஆத்மாநாம் இதை எழுதிய காலத்தை அடிப்படையாக வைத்துப் பார்க்கும்போது காக்கை என்பதை அமெரிக்கா என்றும் அணில் என்பதை ரஷ்யா என்றும் உருவகப் படுத்தலாம். இவ்வாறு கொள்ளும்போது கவிதையின்சுவை கூடுகிறது. உலகமகா யுத்தம் என்பதைக் குறிப்புமுரண் (சொல் முரண்) எனக் கொண்டால், காக்கைக்கும் அணிலுக்கும் நடந்த 'போர்' அங்கதநிலை யில் பார்க்கப் படுகிறது எனலாம்.

உருவகத்தில் சில வகைகள் உண்டு.

- பதிலிடப்படும் சொல்லும், பதிலிடும் சொல்லும் வெளிப்படை யாகக் குறிப்பிடப்படுவது முதல்வகை. சுதந்திர விடியல் என்று சொல்லும்போது, சுதந்திரம் என்ற பதிலிடப்படும் சொல்லும்,

விடியல் என்ற பதிலீட்டுச் சொல்லும் வெளிப்படையாகவே குறிக்கப்படுகின்றன.

- இரண்டாவது வகையில் பதிலிடப்படும் சொல் கூறப்படும், ஆனால் பதிலிடும் சொல் உட்குறிப்பாக வைக்கப்படும்.

- மூன்றாவது வகையில், பதிலிடப்படும் சொல் கூறப்படுவதில்லை, குறிப்பாக அதை விளங்கிக் கொள்ளவேண்டும். பதிலிடும்சொல் மட்டும் சொல்லப்படுகிறது. அக்கினிக் குஞ்சொன்று கண்டேன் என்று பாரதியார் எழுதும் போது, பதிலீட்டுச் சொல்லான அக்கினிக் குஞ்சு சொல்லப்படுகிறது, ஆனால் அது எதற்கான பதிலீடு என்பது சொல்லப்படுவதில்லை. இவ்வகைதான் கவிதை யில் மிகுதி.

- நான்காவது வகையில் இரண்டு வார்த்தைகளுமே உட்குறிப்பாக வைக்கப்படுகின்றன. இந்தவகையைச் சேர்ந்த உருவகங்கள் மிக அபூர்வமானவை என்பது சொல்லாமலே விளங்கும்.

உருவகம் பற்றி இக்காலச் சிந்தனையாளர்கள்

மேற்கத்தியக் கவிதையியல் அணியிலக்கணத்தில் மிகுந்த அக்கறை காட்டியுள்ளது. (இந்தியக் கவிதையியலும் இதற்குச் சற்றும் குறைந்த தல்ல. அலங்காரக்கோட்பாடு என்பது சமஸ்கிருதக் கோட்பாட்டின் முக்கியப்பகுதி.) சொல்லணி என்பது சாதாரணமான பிரயோகத்தி லிருந்து விலகல் என்று வரையறுக்கப்படுகிறது. சான்றாக, 'எனது காதல் ஒரு சிவப்பு ரோஜா' (my love is a red, red rose) என்ற கூற்று, ரோஜாவைக் குறிக்காமல் அழகான, மதிப்புமிக்க ஒன்றை குறிக்கப் பயன்படுகிறது. இது உருவக அணி. மேலும் ஆங்கிலத்தில் சிலேடையணியும்கூட. ஏனெனில் love என்ற சொல், காதலையும், காதலியையும் ஒருங்கே குறிப்பதாக உள்ளது. எனவே என் காதலி மிக அழகானவள் என்பதைக் குறிப்பதாகவும் அமைகிறது அத்தொடர்.

அண்மைக்காலக் கோட்பாடுகள் சொல்லணிகளை இலக்கண விலகல்களிலிருந்து (deviations) பெரும்பாலும் வேறுபடுத்துவதில்லை. சொல்லணி அல்லது விலகல் எதிலிருந்து விலகிப் போகின்றதோ அந்தச் சாதாரண, நேர்அர்த்தம் என்ற கருத்தையே அது கேள்விக்குள்ளாக்கு கிறது. சான்றாக, உருவகம் என்பது நேர்ப்பொருள் பற்றியதா அல்லது ஒன்றைக்கூறி மற்றொன்றை உய்த்துணரவைப்பது பற்றியதா? டெரிடா, உருவகம்குறித்த கோட்பாட்டு விளக்கங்கள் யாவும் தவிர்க்கவியலாத வகையில் மறுபடியும் உருவகங்களையே சார்ந்திருப்பதைக் காட்டு கிறார் (White Mythology). அடிப்படையிலேயே மொழி என்பது ஒன்றைச்

சொல்லி மற்றொன்றை உய்த்துணரவைக்கும் குறியீட்டு இயல்பு கொண்டதுதானே?

வேற்றுமை உருபுகள் யாவுமே, முழுச்சொற்களாக இருந்து பிறகு குறைச்சொற்களாகியவை, அச்செயல்முறை மறக்கப்பட்டுவிட்டவை என்ற கொள்கை உண்டு. அதுபோலவே, நேர்ப்பொருள் என்பதும், சொல்லணி இயல்பு மறக்கப்பட்டுவிட்ட அணிக் கூற்றே என்றும் கருத்து நிலவுகிறது. சான்றாக, நாம் ஒருவித உள்வாங்கிக்கொள்ளும் தன்மை பற்றி, ஏற்பு பற்றி ஒரு சொல்லினால் ('பிடித்துக்கொள்') குறிப்பிடுவதாக வைத்துக்கொள்வோம். அப்போது அச்சொல்லின் உருவகத்தன்மையை மறந்துவிடுகிறோம். ('ஒன்றைச் சொன்னால் போதும் இந்தப் பையன் பிடித்துக்கொள்வான்'. 'எனக்குக் காப்பி பிடிக்காது'. 'இந்த ஆசிரியரை உனக்குப்பிடிக்குமா?' போன்றவை உதாரணங்கள். இதேபோலத்தான் 'வேண்டும்' என்ற சொல்லும்.) அதன் காரணமாக அது வெறும் நேர்ப்பொருள்தரும் சொல் ஆகிவிடு கின்றது. எடுத்தல் என்ற சொல்லும் இப்படித்தான். ஒருவர் கணக்கு எடுக்கிறார், இன்னொருவர் 'ரிஸ்க்' எடுக்கிறார், இன்னொருவர் மறுபிறவி எடுக்கிறார். இங்கெல்லாம் எடுத்தல் என்பது உருவகமாகவே வருகிறது. ஆனால் இவற்றின் உருவகத் தன்மை மறக்கப்பட்டுவிட்டது. இப்படி நிறைய வினைச்சொற்கள் இருக்கின்றன. செல்லுதல், பெறுதல்....

இதனால், நேர்ப்பொருளுக்கும் சொல்லணிகளுக்கும் வேறுபாடே இல்லை என்பதல்ல. மாறாக விலகல்களும் சொல்லணிகளும் மொழி யின் அடிப்படையான அமைப்புகளே தவிர, விதிவிலக்குகளும் வடிவச்சிதைவுகளும் அல்ல.

வழிவழியாகவே உருவகம்தான் மிக முக்கியமான சொல்லணி யாகவும் கவிதையணியாகவும் இருந்துவருகிறது. ஏதோ ஒன்றினை வேறேதோ ஒன்றாக பாவிப்பது உருவகம். (எடுத்துக்காட்டாக வேலைக்காரனை 'நாயே' என்றும், காதலியைச் 'சிவப்பு ரோஜா' என்றும் அழைப்பது). எனவே உருவகம் என்பது அறிந்துகொள்ளல் வழி முறையின் ஒரு பகுதியாகிறது. நாம் அதை ஒரு குறிப்பிட்ட நோக்கில் பார்ப்பதன் மூலம் ஏதோஒன்றை அறிந்துகொள்கிறோம்.

கொள்கையாளர்கள், வாழ்க்கை உருவகங்கள் பற்றி, 'வாழ்க்கைப் பயணம்' என்பது போன்ற அடிப்படையான உருவகங்கள் பற்றி, மிகுதியாக ஆராய்கிறார்கள். இப்படிப்பட்ட உருவகங்களின் செயல் பாடுகள்தான் உலகைப்பற்றிய நம்முடைய சிந்தனை முறையைக் கட்டமைக்கின்றன. வாழ்க்கையில் ஏதோ ஓர் இடத்தை அடைய, நம்

வழியைக் கண்டுபிடிக்க, நாம் எங்கே போகிறோம் என்பதை அறிய, தடைகளை எதிர்கொள்ள, இம்மாதிரி உருவகங்களே பயன்படு கின்றன. ஓர் உருவகத்தால் ஒரு விரிவான கருதுகோளையும், ஒரு கொள்கையையும், தொடர்ந்து மேலெடுத்துச்செல்ல எளிதாக இயலு கிறது. எனவே அணிகளிலேயே தலைமை சான்றது அது என்பது நியாயமாகிறது.

உருவகத்தின் வகைகள் - மனிதப்படுத்தல் (பெர்சானிஃபிகேஷன்)

மனிதப்படுத்தல் என்பது மனிதனல்லாத ஒன்றை (விலங்கு, தாவரம், பொருள், கருத்து எதுவாயினும்) மனிதனாக ஆக்கிப்பார்த்தல் ஆகும். உயர்திணையல்லாத அஃறிணைப் பொருளை அல்லது விலங்கை உயர்திணையாக்கம் செய்வதால் இதனைத் திணையுருவகம் என்பார் தெ.பொ. மீனாட்சிசுந்தரனார். இதையும் பேச்சுவழக்கிலேயே நாம் அதிகம் கையாள்கிறோம். காலைபிறக்கும்பொழுது 'சூரியன் உதித்து விட்டான்' என்கிறோம். இரயில் அல்லது பஸ்வருவதைக்கூட மனிதப் படுத்துகிறோம். 'சோழன் (எக்ஸ்பிரஸ் இரயில்) வந்துவிட்டானா' என்று விசாரிக்கிறோம். இவையெல்லாம் மனிதப்படுத்தல்கள் அல்லது திணையுருவகங்கள் ஆகும். மனிதப்படுத்தலும் உருவகம்தான். அஃறிணைப்பொருள் உயர்திணையினால் பதிலீடு செய்யப்படுவது இது.

குழந்தைகளுக்கு மிகவும் பிடித்தமானதும் இந்த அணிதான். பஞ்சதந்திரக் கதைகள், ஈசாப் கதைகள் போன்றவற்றில் மிருகங்கள் மனிதர்களைப் போல நடந்துகொள்கின்றன. நான்கு எருதுகள் நட்பாக இருக்கின்றன. அவற்றை உண்ண நினைக்கிறது ஒரு சிங்கம். ஒரு நரி அதற்கு ஆலோசனை கூறுகிறது. இவ்வாறு வருவனவெல்லாம் திணையுருவகங்களே ஆகும். தொடர்உருவகக் கதைகளிலும் (allegory) திணையுருவகங்கள் மிகுதியாகப் பயன்படுகின்றன. புராணக்கதை களிலும், நாட்டார் கதைகளிலும் இந்த இயல்பு மிகுதியாகக் காணப் படுவதை நாம் அறிவோம்.

இக்காலக் கவிஞர்களால் அதிகமும் கையாளப்படும் அணி இது. ஷெல்லி, மேல்காற்றை மனிதனாக்குவதும், சில்வியா பிளாத் கண்ணாடியைப் பேசவைப்பதும் இதன் பாற்படுவதே. தமிழிலும் பழங்காலமுதலே திணையுருவகக் கவிதைகள் பலப்பல உண்டு. சான்றாக இங்கு ஓர் கம்பர் கவிதையைக் காணலாம்.

தண்டலை மயில்களாட, தாமரை விளக்கம் தாங்க,
கொண்டல்கள் முழவின் ஏங்க, குவளை கண் விழித்து நோக்க,
தெண்திரை எழினி காட்ட, தேம்பிழி மகரயாழின்

வண்டுகள் இனிது பாட மருதம் வீற்றிருக்கும் மாதோ.

(கம்பராமாயணம், பாலகாண்டம், நாட்டுப்படலம். 4)

இப்பாட்டில் இயற்கைப் பொருட்கள், விலங்குகள், பருவகாலம் ஆகிய யாவுமே மனிதப்படுத்தப்படுகின்றன. தண்டலையில் மயில் களாகிய நடனமாதர் ஆடுகின்றனர். தாமரை விளக்குத் தாங்கும் ஏவலாள் ஆகிறது. கொண்டல்கள் முழவு வாசிக்கும் கலைஞர்கள். குவளைகள் பார்வையாளர்கள். (கண்விழித்து, மாறா நோக்கத்தோடு பார்த்துக்கொண்டிருக்கின்றன). அலைகளே எழினி (திரைச்சீலை) பிடிக்கின்றன. வண்டுகள் மகரயாழைப்போல இனிதாகப் பாடுகின்றன (பாடகர்கள்). இவற்றையெல்லாம் நடத்தும் அரசவை யாருடையது? மருதம்தான் இங்கே அரசனாக வீற்றிருக்கிறது.

புதுக்கவிதையில் மனிதப்படுத்தல் இல்லாத இடமில்லை. சாதாரண மான விஷயங்களும் மனிதப்படுத்தலினால் அழகாகின்றன.

குளத்தின் சிற்றலையும் / கரையோரப் படியிடம் / சிறுமூச்சு விட்டுச் செல்லும்

என்று ந. பிச்சமூர்த்தி எழுதும்போது, சிறுமூச்சு விட்டுச் செல்லும் என்ற வருணனை சிற்றலையை மனிதப்படுத்துகிறது. அதேபோல அதன் சிறுமூச்சைக் கேட்கும் கரையோரப் படியையும் மனிதப்படுத்துகிறது.

உருவகத்தின் வகைகள் - இலக்கணை

திணையுருவகத்தையும் (personification) இலக்கணையையும் (apostrophe) நாம் வேறுபடுத்த வேண்டும். ஆங்கிலத்தில் apostrophe என்பது எதிரில் இல்லாத ஒருவரை விளிப்பது, அல்லது மனிதனல்லாத ஒன்றை விளித்துப் பேசுவது என்று சொல்வார்கள். இலக்கணை, அஃறிணைப் பொருளை விளித்துப்பேசுவதாகும். நளன் கதைத் தொடக்கத்தில் ஓர் அன்னத்தை விளித்து நளனும் தமயந்தியும் பேசுகின்றனர். தமயந்தி யைக் கைவிட்டு வந்த நளன் புலம்புவதும் இத்தகையதுதான். இக்கதை யில் அன்னம், பாம்பு முதலியன மனிதப்படுத்தப்பட்டுள்ளன. அன்னம் தூதுசெல்கிறது. பாம்பு நளனின் உருவத்தைமாற்றுகிறது.

காதலியைக் கார்இருளில் கானகத்தே கைவிட்ட
பாதகனைப் பார்க்கப் படாதென்றோ - நாதம்
அளிக்கின்ற ஆழிவாய் ஆங்கு அலவ! ஓடி
ஒளிக்கின்றது என்னோ உரை. *(நளவெண்பா, 335)*

இப்பாட்டில் ஒரு நண்டை விளித்து நளன் பேசுகின்றான். எனவே இது இலக்கணையின் பாற்படும். வேறுபிராணிகளையோ, மனிதரையோ கண்டால் நண்டுகள் தங்கள் வளையில் மறைந்துகொள்வது இயல்பு.

மனைவியைக் கைவிட்டு வந்த பாதகனாகிய என்னைக் காணக் கூடாதென்றா நீங்கள் ஓடி ஒளிகின்றீர்கள் என்று அவை ஒளிந்து கொள்வதற்குத் தன்செயலைக் காரணமாக்கிப் பார்க்கிறான் நளன்.

சங்கக் கவிதையொன்றில் இலக்கணை எவ்வாறு பயன்படுகிறது என்பதை நோக்கலாம். 'பெருங்கடல் முகந்த இருங்கிளைக் கொண்மூ' எனத் தொடங்கும் அகநானூற்றின் 188ஆம் பாட்டில் தோழி சிறைப் புறமாக நிற்கும் தலைவனுக்குச் சொல்கிறாள்:

'தலைவனே! நீ இரவில் வந்து அலருண்டாகும்படி செய்கின்றாய். வேல் முதலிய கருவிகளுடன் வருகின்றாய். உன் வரவை இங்குள்ள பறவை முதலியவற்றை எழுப்பி உணர்த்துகிறாய். இவற்றால் பயனில்லை. எம் அன்னை முதலியவர் உறங்கவில்லை. எனவே தலைவி குறி யிடத்தில் வருவதற்கு வாய்ப்பில்லை. நீ இங்ஙனம் வருவதைக் கைவிட்டு இவளுக்கு இரக்கம் காட்டி மணந்துகொண்டால் இவள் உயிர் வாழ்வாள். நீயும் நலமாக வாழ்வாய்' என்று சொல்லக்கருதிய தோழி,

'மேகமே, நீ இங்குப் பெய்வதால் பயன் என்ன? ஏதுமில்லை. ஆதலால் எம் தலைவியான குறமகள், காவலை மேற்கொண்டுள்ள தினைப்புனத்தில் சென்று பெய்தாயானால் பயனுண்டு' என்று கூறுகின்றாள். மேகத்தைப் பார்த்து இங்கு தோழி பேசுவது இலக்கணை. மேலும் தலைவனின் செயல்களையெல்லாம் மேகத்துக்கு ஏற்றிக்கூறு கிறாள். இது திணையுருவகம். இவ்விரண்டும் இப்பாட்டில் அமைந்து நயம் பயக்கின்றன. காசி. ஆனந்தனின் நறுக்குகளில் ஒரு கவிதை:

வேலைக்காரன் மேல் பாய்ந்தார்
'நாயே, பீட்டரை கவனித்தாயா'

இங்கு வேலைக்காரன் நாய் என விளிக்கப்படுகிறான் (இலக்கணை!) பீட்டர் என்பது நாயைக் குறிக்கிறது (மனிதப்படுத்தல்). இவை அப்படியே குறிப்பாக விடப்பட்டிருந்தால் கவிதையாகியிருக்கும். ஆனால் தொடர்ந்து அவரே எழுதிவிடுகிறார் - 'இவர் வீட்டில் /பீட்டர் என்றால் /நாய் /நாய் என்றால் / மனிதன்' இந்த வரிகள் கவிதையைக் கெடுத்துவிடுகின்றன. பீட்டர் என்பதை நாய் என்று புரிந்துகொள்ள முடியாது என்று கருதினால், அதன் செயல் ஏதேனும் ஒன்றைக் கவிதை யில் முன்னால் குறிப்பிட்டுக் குறிப்பாகத் தெளிவுபடுத்தியிருக்கலாம்.

திணையுருவகமும் இலக்கணையும் ஒருவர் மொழிக்கு உயிரும் உடனடித் தன்மையும் ஊட்டும் வழிகளாகும். ஆனால் கவிஞனின் கற்பனைத்திறத்தை அதிகமாக வேண்டுவன அல்ல இவை. முக்கியமாக இலக்கணைக்குச் சற்றும் கற்பனை தேவையில்லை. எனவே நல்ல

கவிதையில்தான் இவை காணப்பட வேண்டும் என்ற அவசியமில்லை. மிகச் சாதாரணமான, அல்லது மோசமான கவிதைகள்கூட இவற்றைப் பயன்படுத்தக்கூடும். தமிழில் பொங்கலே வாழி, புத்தாண்டே வருக, என்றெல்லாம் எழுதப்படும் சொற்கோவைகள் யாவும் இலக்கணையின் பாற்படும். இம்மாதிரி மரபான பயன்பாட்டைத் திறன்மிக்க பயன்பாட்டிலிருந்து நாம் வேறுபடுத்தப் பழகவேண்டும்.

12

இன்னும் சில அணிகள்

இலக்கியத்தைப் பொறுத்தவரை, உருவகம் தலைமையணி என்றாலும், பிற அணிகளின் முக்கியத்துவத்தை எந்தவகையிலும் குறைத்துவிட முடியாது. பிற அணிகளின் முக்கியத்துவத்தையும் இக்காலக் கொள்கை யாளர்கள் விளக்கியுள்ளனர்.

இலக்கியம் அணிகளைச் சார்ந்துள்ளது. அதுமட்டுமல்லாமல், அது அவற்றை விடவும் பரந்த அமைப்புகளை, குறிப்பாக இலக்கிய வகை களைச் சார்ந்தும் உள்ளது. இங்கு முக்கியமான இன்னும் சில அணி களைக் காணலாம்.

குறியீடு

தனது நேரான பொருளைவிட மிகுதியாக உணர்த்தக்கூடியதைக் குறியீடு என்று பொதுவாகச் சொல்லலாம். சான்றாக, ராபர்ட் ஃப்ராஸ்ட் எழுதிய 'செல்லாத பாதை' (The road not taken) என்ற கவிதையைப் பார்ப்போம், ஒருவர் எதிர்கொள்ளும் இரண்டு பாதை களில் எதில் செல்வது என்பது பற்றியது இக்கவிதை. அவருக்கு இரண்டிலுமே போக ஆசை. ஆனால் ஒருசமயத்தில் ஒன்றில்தானே போக முடியும்? அவர் 'ஒன்றில் சென்றுவிட்டுத் திரும்பிவந்து இரண்டாவது பாதையில் செல்வேன்' என்று தமக்குத்தாமே சொல்லிக் கொள்கிறார், ஆயினும் ஒருவேளை அது இயலாமற்போகலாம் என்பதும் அவருக்குப் புரிகிறது. கவிதையின் இறுதிக்கு வரும்போது ஃப்ராஸ்ட் வெறும் பாதைகளைப் பற்றி மட்டும் பேசவில்லை என்பது புரிகிறது. காரணம், அவர் மேற்கொள்ளும் தேர்வு, வாழ்க்கையிலேயே ஒரு பெரும் மாற்றத்தை உருவாக்கக்கூடியது என்பதும், அவர் அதை பலகாலத்துக்கு நீடு நினைத்திருப்பார் என்பதும் புரிகிறது. வாழ்க்கையில் நாம் எதிர்கொள்ளும் இருமைத் தேர்வுகள் எதையுமே இந்தப் 'பாதை' என்ற குறியீடு குறிக்கிறது என்பது தெளிவாகிறது. இருத்தலிய நோக்கில் வாழ்க்கையில் இருமைத்தேர்வுகள் மட்டுமே சாத்தியம் என்னும்போது இன்னும் இக்கவிதையின் ஆழம் கூடுகிறது.

முன்பு படிமம் பற்றியஇயலில் ரிச்சட்ஸ், ஒப்புமைநோக்கிற்கு களம், ஊர்தி, கருத்து என மூன்று தேவை எனக் கூறியதைப் பார்த்தோம். படிமத்தைவிட இக்கருத்து, உருவகம், குறியீடு ஆகியவற்றிற்கே மிகுதியாகப் பொருந்தக்கூடியது. ஒரே ஒரு களம், அதில் ஒரே ஒரு ஊர்தி, அதற்கு ஒரே ஒரு கருத்து என்பவை இருப்பின் அதனை உருவக மாகக் கொள்ளலாம். சான்றாக, கப்பல் நீரைக் கிழித்துச் சென்றது என்கிறோம். கிழித்தல் என்பது உருவகம். (ஏனென்றால், அதன் நேர்ப்பொருள், வெட்டிப் பிரித்தல், தாறுமாறான முறையில் தாள், துணி போன்றவற்றை வெட்டி அல்லது கையால் துண்டாக்குதல் என்பதாகும்) ஆனால் இங்கே நீரைக் கிழிக்கிறது என்னும்போது அது உருவகமாகிறது. கிழித்தல் என்பது இங்கே ஊர்தி. (வாகனச் சொல்) கருத்து, வேகமாகப் பிளந்து செல்லுதல் என்பதுதான். ஒரு திருக்குறளைக் காண்போம்.

பீலிபெய் சாகாடும் அச்சிறும் அப்பண்டம்
சால மிகுத்துப் பெயின்.

இதனைப் பழங்காலத்தோர் பிறிதுமொழிதல் அல்லது ஒட்டணி என்பர். உருவகம் பிறிது மொழிதல் அன்றி வேறென்ன? ஒரு பெயருக்கோ வினைக்கோ பதிலாக இன்னொன்று பதிலீடாக வரும் நிலைதான் உருவகம் என்றோம். இக்குறளில்,

(ஊர்தி) மயிற்பீலி ஏற்றிய வண்டி - (கருத்து)வாழ்க்கையின் சுமைகளை ஏற்றிக்கொள்ளுதல்

(ஊர்தி) அதனை மிகுதியாக ஏற்றுதல் - (கருத்து)மேலும் மேலும் பிரச்சினைகளில் ஈடுபடுதல்

(ஊர்தி) வண்டி அச்சிறுதல் - (கருத்து)வாழ்க்கைச் சுமைகளை அல்லது பிரச்சினைகளைத் தாங்க முடியாத மனிதனின் வீழ்ச்சி அல்லது சரிவு.

இப்படி ஒரு ஊர்திக்கு ஒரு கருத்து எனக் கொள்ளும்போது அது உருவகம் ஆகிறது. (one to one correspondence).

மாறாக, பாரதியாரின் அக்கினிக்குஞ்சு கவிதையைப் பார்ப்போம்.

அக்கினிக்குஞ்சொன்று கண்டேன்- அதை
ஆங்கோர் காட்டிடைப்
பொந்தினில் வைத்தேன்
வெந்து தணிந்தது காடு-தழல்
வீரத்தில் குஞ்சென்றும்
மூப்பென்றும் உண்டோ?

இங்கு அக்கினிக்குஞ்சு (ஊர்தி) என்பது ஒரே ஒரு பொருளைத் தந்தால் அது உருவகமாகக் கொள்ளத்தக்கது. ஆனால் அக்கினிக்குஞ்சு என்பது இங்கு ஒரு புரட்சிப் பொறியைக் குறிக்கலாம், சிறு ஆன்மிக சாதனை அல்லது எழுச்சியைக் குறிக்கலாம், இப்படிப் பலவேறு கருத்துகளைக் குறிக்கலாம். ஏனெனில் களம் தெளிவுபடுத்தப்பட வில்லை. இதற்குக் களம் அரசியலா, ஆன்மிகமா, தனிமனித முயற்சியா என்பது ஏதும் சொல்லப்படாதநிலையில் ஓர் ஊர்திக்குப் பல அர்த்தங்கள் தோன்றுகின்றன. இப்படி ஓர் ஊர்திக்குப் பல அர்த்தங்கள் விளையும் போது அது *இலக்கியக் குறியீடு* என்று சொல்லப்படுகிறது. (வேறு குறியீடுகளைப் பற்றி இங்கு நாம் கருதவேண்டாம். ஏனெனில் அறிவியலில் +, = போன்றவைகூடக் குறியீடுகள் என்றே கருதப் படுகின்றன. ஆனால் அறிவியல் குறியீடுகள் எப்போதும் ஒற்றைப் பொருளைத் தருபவை.)

முன்னர்க்குறிப்பிட்ட ஆத்மாநாமின் கவிதையிலும் (உலகமகா யுத்தம்) அணில், காக்கை போன்றவற்றைக் குறியீடாகக் கொள்ளலாமே என்று கேட்கலாம். உலகமகா யுத்தம் என்ற தலைப்பு இக்கவிதையின் களம் அரசியல் என்று கொள்ளத் தூண்டுகிறது. அவ்வாறு ஒற்றைப் பொருள்கொள்ளும்போது, அது உருவகமாகிறது. ஆனால் வேறு களங்களையும் இக்கவிதைக்கு அளிக்க முடியும் என்றால் அப்போது அதுவும் குறியீட்டுக் கவிதையாகும்.

செங்களம் படக் கொன்று அவுணர்த் தேய்த்த
செங்கோல் அம்பின் செங்கோட்டு யானைக்
கழல்தொடிச் சேஎய்க் குன்றம்
குருதிப்பூவின் குலைக்காந்தட்டே. (குறு. 1)

பலவேறு அர்த்தங்களைத் தருகின்ற-சிறப்பான பொருள்மயக்கம் உடைய கவிதை இது. இதன் இறுதியடி 'குருதிப்பூவின் குலைக்காந் தட்டே' என்பது. இதற்குத் தோழி கையுறை மறுத்தது என்றெல்லாம் பொருளெழுதியுள்ளனர். ஆனால் குருதிப்பூ, காந்தள் இவற்றைக் குறியீடாகவே கொள்ளமுடியும். குறிப்பாக இவ்விறுதியடி தலைவி பூப்பெய்தியுள்ளமையைத் தெளிவாக வெளிப்படுத்துகிறது. இங்குக் காந்தட்பூ சிவந்த நிறம் பெற்றுள்ளது என்ற வருணனை பலவேறு அர்த்தங்களை ஏற்பதால் இதுவும் குறியீடாகிறது.

பன்முக வாசிப்புமுறை இன்று ஏற்கப்பட்ட ஒன்று. பல காலத்திற்கு முன்பே குறியீட்டுத்தன்மை கவிதையில் பன்முக வாசிப்புகளுக்கு இடமளித்ததனால் அது சிறப்பானதாகக் கருதப்பட்டுள்ளது. உருவகத் திற்கும் குறியீட்டுக்குமான வேறுபாடு அளவு ரீதியானதுதான். முன்பே

கூறியவாறு ஓர் ஊர்திக்கு ஒரு கருத்து எனில் உருவகம் எனவும் ஓர் ஊர்திக்குப் பல கருத்துகள் என்றால் குறியீடு எனவும் கொள்ள வேண்டும். மேலும் உருவகத்தில் களம் தெளிவாக வரையறுக்கப் பட்டிருக்கும். குறியீட்டில் களம் வரையறுக்கப்படாததால்தான் பல அர்த்தங்கள் தோன்றுகின்றன.

மேலும் உருவகங்களில் ஊர்திகள் மட்டுமே வெளிப்படுத்தப்படும். அவற்றிற்கான கருத்துகள் என்ன என்பது வெளிப்படத் தோன்றும். ஆனால் குறியீடுகளில் பலசமயம் நேர்ப்பொருள் கொள்ளவும், வேறு பலவிதப் பொருள்கள் கொள்ளவும் வாய்ப்பிருப்பதால் பலஅர்த்தங்கள் தோன்றுவது இயல்பாகிறது.

குறியீட்டைப் பொதுக்குறியீடுகள், தனிக்குறியீடுகள் எனப் பிரித்துக் காண்பர். இது தேவையற்றது. ஏனெனில் பொதுக்குறியீடுகள் (நாற்காலி, சிலுவை, ரோஜா போன்றவை) புழங்கித் தேய்ந்தவையாகவே பெரும் பாலும் உள்ளன. எனவே இவை பரிச்சயநீக்கம் செய்ய உதவுவதில்லை. கவிதையாக்கத்திற்கு உதவுவதில்லை. தனிப்பட்ட குறியீடுகளே (பிரைவேட் சிம்பல்) கவிதையாக்கத்திற்குப் பெருமளவு உதவு கின்றன. ஒவ்வொரு கவிஞனும் தனக்கேற்ற தனித்த குறியீடுகளின் ஒழுங்கமைவை உருவாக்கிக்கொள்வது மிக எளிதாக இயலக்கூடியது. சான்றாக, யூமா வாசுகியின் 'இரவுகளின் நிழற்படம்' கவிதைத் தொகுதி யில் இரத்தம் தொடர்ச்சியான ஒரு குறியீடாகப் பயன்படுவதைக் காணலாம்.

பலசமயங்களில் உருவகம், படிமம், குறியீடு அனைத்துமே வாசிப் போரால் குழப்பிக்கொள்ளப்படுகின்றன. ஒன்றுபோலத் தோன்று கின்றன. அவ்வளவு சிரமப்பட வேண்டியதில்லை. ஒரு படிமம் என்பது தான் உணர்த்தும் காட்சியனுபவம் மட்டுமே. அது ஒரு சொல்லோவியம். உருவகமோ, தன்னையன்றிப் பிறிதொரு பொருளை உணர்த்தக் கூடியது. குறியீடோ தன்னை உணர்த்துவதன்றி, அதற்கு மேலும் பலவித அர்த்தங்களைக் கொள்ளக்கூடியது.

- 'ஓர் அழுக்குச் சடைநாய் ஊரின் ஓரத்திலிருக்கும் வேலியில் உராய்ந்துகொண்டிருக்கிறது' என்று நான் கூறினால், ஒரு காட்சிப் படிமத்தை உருவாக்குகிறேன்.
- திருமணவிருந்தில் 'எனது பையை ஏதோ ஒரு நாய் திருடிவிட்டது' என்று நான் கூறினால், நிச்சயமாக நான் நாயைப் பற்றிப் பேசவில்லை, ஒரு திருடனைத்தான் நாய் என்கிறேன். எனவே ஓர் உருவகத்தைக் கையாளுகிறேன்.
- 'காலத்தினால் முதிர்ந்த நாய்களுக்குக் கற்றுத்தரவேண்டிய

தந்திரம் ஏதுமில்லை' என்று கூறும்போது, நாய், தந்திரம் என்ற சொற்களுக்கான அர்த்தங்கள் விரிவுபெறுகின்றன. எனவே இங்கே நாய் என்பது குறியீடாகிறது. நாவலாசிரியர், கவிஞர் நகுலன், தமது 'நாய்கள்' என்ற நாவலில் இப்படித்தான் பயன்படுத்துகிறார்.

ஆனால் ஒரு சிரமம் என்னவென்றால், கவிஞர்கள் படிமம், உருவகம், குறியீடு ஆகிய மூன்றையும் தனித்துக் கையாளுவதில்லை. ஓர் உருவகத்தோடு அல்லது குறியீட்டோடு படிமம் இணையும்போது அது வெறும் படிமமாக இருப்பதில்லை. 'செல்லாத பாதை' என்னும் கவிதையில் படிமத்தினால் உருவாகும் உணர்ச்சிசார் தன்மையை நோக்க வேண்டுமானால், காட்டின் நடுவேயிருக்கும் அப்பாதைகள் உதிர்ந்த இலைகளால் நிரம்பியிருத்தல் போன்ற விஷயங்களைப் பேச வேண்டும் (படிமம்). ஆனால் கவிதையின் முக்கியத்துவத்தைப் பற்றிப் பேசுகிறோம் என்றால் பாதைகளைக் குறியீடாகக் கொள்ளவேண்டும்.

மென்மைநயம், சாதுரியம், நல்லுணர்வு ஆகியவை ஓர் உருவகத்தின் அல்லது குறியீட்டின் சரியான அர்த்தத்தைப் புரிந்துகொள்ளத் தேவை. எப்போதுமே வாசகர் மிகையான விளக்கத்திற்கும் குறைவான விளக்கத் திற்குமிடையே ஒரு கயிற்றின்மீது நடப்பது போன்றதான பாவனையில் தான் இருக்கவேண்டியுள்ளது. குறைவிளக்கம், மிகைவிளக்கம் ஆகிய இரண்டிற்குள் கயிற்றிலிருந்து விழுவதானால் எந்தப்பக்கம் விழுவது? குறைவிளக்கத்தின் பக்கம் விழுவதே சிறப்பானது. மேற்கண்ட 'செல்லாத பாதை' கவிதை உதாரணத்தைக் கொண்டு நோக்குவ தானால், அக்கவிதையின் குறை விளக்கப் பகுதிக்குள் விழுபவர் குறைந்தபட்சம், 'இரண்டு சாலைகள் உள்ளன, அவற்றுள் ஒன்றில்தான் செல்லமுடிகிறது' என்ற அளவில் நேர்ப்பொருளையேனும் பற்றிக் கொள்வார். மிகைவிளக்கம் தேடுபவர் கவிதை சொல்லாத விஷயங் களையெல்லாம் பகற்கனவு கண்டுகொண்டிருப்பார். எனவே எல்லா இடங்களிலும் குறியீட்டைத் தேடும் செயலை நாம் செய்யக்கூடாது.

சினையெச்சம்

சினையெச்சம் (synechdoche) என்பது முழுமைக்குப் பதிலாகச் சினையைப் (பகுதியைப்) பயன்படுத்துவது. இதனை வழக்கமாகச் சினையாகுபெயர் என்பார்கள். ஆகுபெயர் என்றால் பெயர்ச்சொல் என்ற தன்மையை உள்ளடக்கியுள்ளது. ஆனால் இன்று இதன் அர்த்தம் விரிவுபெற்று விட்டது. ஒரு பகுதியைக் கூறி முழுமையை உணர்த்தும் எந்தச் செயலும் ஆகுபெயர் என்பதில் இன்று அடங்கும். ஒருபகுதியைக் கூறி முழுமையைப் பெறும் செயலைத் தமிழில் எச்சம் என்றும் கூறுவார்கள். சினை முழுமையை உணர்த்துவது என்ற அர்த்தத்தில்

இனி இதைச் சினையெச்சம் என்று சொல்வது பொருந்தும். அர்த்தத்தை உணர்த்துவதில் எச்சத்தன்மையும் இதில் அடங்கியிருக்கிறது என்பதால் இவ்வாறு கொள்ளலாம்.

ரோமன் யாகப்சனைப் பொறுத்தவரை, உருவகமும் சினையெச்சமும் மொழியின் இரு அடிப்படை அமைப்புகளாகும். உருவகம் ஒப்புமைத் தன்மையின்மூலம் பிணைக்கிறது. ஆகுபெயர் தொடர்புத்தன்மை அல்லது அண்மைத்தன்மையின்மூலம் பிணைக்கிறது. 'அரசன்' என்று சொல்வதற்கு பதிலாக 'செங்கோல்' என்று சொல்கிறோம். இங்கு ஆகுபெயர் ஒரு பொருளிலிருந்து தனக்குத் தொடர்புடைய மற்றொரு பொருளுக்குச் செல்கிறது. இடவரிசையிலும் காலவரிசையிலும் பொருள்களை இணைப்பதன் மூலம் சினையெச்சம் ஒழுங்கை உருவாக்குகிறது. உருவகம் செய்வதைப் போல, ஒரு களத்தை இன்னொரு களத்தோடு இணைக்காமல், சினையெச்சம், ஒரு குறிப்பிட்ட களத்திற்குள்ளேயே ஒரு பொருளிலிருந்து இன்னொன்றுக்குச் செல்கிறது.

சில இலக்கியக்கொள்கையாளர்கள், 'முக்கியத்துவம்வாய்ந்த நான்கு வித விலகல்கள்' (four kinds of significant deviations) என உருவகம், ஆகுபெயர், சினையெச்சம் குறிப்பு முரண் (ஐரனி) ஆகியவற்றைக் குறிப்பிட்டுள்ளனர்.

- சினையெச்சம் என்பது முழுமைக்கு ஒரு பகுதியைப் பதிலியாக்குகிறது. 'பத்து வேலையாட்க'ளுக்குப் பதிலாகப் 'பத்து தலைகள்' என்று சொல்வது சினையெச்சம். அது, ஒரு பகுதியின் பண்புகளிலிருந்து முழுமையின் பண்புகளை உய்த்துணர வைக்கிறது. முழுமைகளின் சார்பாக நிற்கப் பகுதிகளை அனுமதிக்கிறது.
- குறிப்புமுரண் தோற்றத்தையும் மெய்ம்மையையும் அருகருகே வைக்கிறது. அப்போது எதிர்பார்த்ததற்கு மாறாக நேர்கிறது.

ஹேய்டன் ஒய்ட் என்ற வரலாற்றறிஞர், வரலாற்றுக் கதை யாடலைப் (emplotment) பகுப்பாய்வுசெய்ய உருவகம், ஆகுபெயர், சினையெச்சம், குறிப்புமுரண் ஆகிய தனிச் சிறப்பு வாய்ந்த இந்நான்கு விலகல்களையும் (அணிகளையும்) பயன்படுத்தியுள்ளார். நாம் இந்த நான்கு அடிப்படை அணியிலக்கண அமைப்புகளால்தான் நமது அனுபவங்களைப் புரிந்துகொள்கிறோம். உள்ளார்ந்து அமைந்திருப்பது மட்டுமின்றிப் பலவகையான சொல்லாடல்களின் அர்த்தங்களையும் உருவமைக்கும் மொழியின் அடிப்படை அமைப்புகளாக இவை உள்ளன.

ஆங்கிலத்தில், சினையாகுபெயரும் ஆகுபெயரும் பெரும்பாலும் ஒரேமாதிரித் தோன்றுவதால் அவற்றைப் பிரித்தறியும் கடினத்தன்மை

நோக்கிப், பொதுவாக synechdoche என்பது உள்ளிட்ட, ஆகுபெயர்த் தன்மை கொண்ட யாவற்றிற்கும் metonymy என்ற சொல்லையே பயன்படுத்துகிறார்கள். தமிழில், ஆகுபெயர் என்பது இலக்கணப்படி வேறு விஷயங்களுக்குப் பயன்படுவதால், நாம் சினையெச்சம் என்ற புதுச்சொல்லை இதற்குப் பயன்படுத்தலாம்.

சினையெச்சத்தின் பயன்பாடு தமிழில் அதிகமாகப் பேசப்படவோ உணரப்படவோ இல்லை. ஷேக்ஸ்பியர், 'மணம்புரிந்த காதுக்குக் குயிலின்பாட்டு இனிமையளிக்காது' என்பார். இது சினையெச்சம். ஏனெனில் இங்கு 'மணம்புரிந்த காது' என்பது 'மணம்செய்துகொண்ட பெண்' என்று முழுநபரை உணர்த்துகிறது. பழைய இலக்கண முறைப்படி பார்க்கும்போது இது சினையாகுபெயர். இம்மாதிரிக் கவிதையில் பயின்றுவருவதைச் சினையெச்சம் எனலாம்.

முன்னொரு இயலில் பார்த்த பசுவய்யாவின் கவிதையில், 'சிப்பில் சோறு ஏந்தி வந்த கரங்கள்' என்று வருவதும் சினையெச்சமே. ஏனெனில் உண்மையில் அச்சொல் கரங்களைக் குறிக்கவில்லை, கரங்களை உடைய அந்த இல்லத்தின் தலைவியைக் குறிக்கிறது. இதுபோலவே ராபர்ட் கிரேவ்ஸ், 'ஒரு ஹிப்போக்ராடிக் விழி நோக்குகிறது' என்பார். இங்கு ஹிப்போக்ராடிக் விழி என்பது மருத்துவரை.

ஆகுபெயர் என்பது ஒன்றின் தொடர்புடைய இன்னொன்றிற்கும் அச்சொல்லையே பயன்படுத்துவது. (the use of something closely related for the thing actually meant). பழங்கால உதாரணத்தின்படி, 'கார் அறுத்தான்' என்றால், கார்காலத்தில் விளைகின்ற நெல்லை அறுத்தான் என்று பொருள்படும். கார் என்பது இங்கு மேகத்தைக் குறிக்கும் சொல்லாயினும், அது மேகங்கள் மிகுதியாக மழைபொழிகின்ற கார்காலம் என்பதையும் குறிக்கிறது, அக்காலத்தில் விளையக்கூடிய நெல்லையும் குறிக்கிறது. இவற்றையும் இன்று சினையெச்சம் என்பதில் அடக்கலாம்.

ஆகுபெயர் என்பது சொல் சார்ந்த ஒன்றாக இருக்கிறது. சினை யெச்சம் என்பது அமைப்பு சார்ந்த ஒன்று. உதாரணமாக, எந்த ஒரு கதையிலும், கதைத்தலைவனைப் பற்றிய சம்பவங்களை முழுமை யாகச் சொல்லமுடியாது. அவன் வாழ்க்கையில் ஒரு சிறுபகுதியைத் தான் கதாசிரியர் சொல்ல நேரிடும். ஆனால் அக்கதைத் தலைவனின் வாழ்க்கை முழுவதையும் அக்கதை சொல்லிவிட்ட உணர்வு நமக்கு ஏற்படுகிறது. எனவே ஒரு பகுதியைக் கூறி முழுமையை உணர்த்தும் அமைப்பாகிறது. இதற்கு ஆகுபெயர் என்ற சொல் பொருந்தக்கூடியதா? அதனால்தான் சினையெச்சம் என்ற சொல்லைப் பயன்படுத்தலாம்

என்று பரிந்துரைக்கிறோம். எந்தச் சினைப்பகுதி எந்த ஒரு முழுமை யைக் குறிக்கப் பயன்பட்டாலும், அதனைச் சினையெச்சம் எனலாம். இன்னும் பொருத்தமான கலைச்சொல் இதற்குக் கிடைத்தால் அதைப் பின்னர் பயன்படுத்திக் கொள்ளலாம்.

உருவகங்களைப் போலவே பல ஆகுபெயர்களும் சினையெச்சங் களும் வாழ்க்கையில் நாம் பயன்படுத்தும் மொழியின் அன்றாட அம்சங்களாகிவிட்டதால் புதுமை இழந்துவிட்டன. எனவே அவை அணிபோலத் தோன்றுவதில்லை. இம்மாதிரி உருவகங்களை ஆங்கிலத்தில் dead metaphors, dead figures *(செத்த உருவகங்கள், செத்த அணிகள்)* என்று கூறுவர்.

குறிப்புருவகம்

குறிப்புருவகம் (allegory) என்பது, நேரான அர்த்தத்துடன் ஓர் குறிப்பர்த்தமும் அல்லது இரண்டாம் அர்த்தமும் கொண்ட வருணனை அல்லது கதையாடல் எனலாம். கதை அல்லது வருணனை தன்னளவில் ஒரு அர்த்தத்தைக் கொண்டுள்ளது என்றாலும், அதற்குப் பின்னா லுள்ள அர்த்தத்தில்தான் கவிஞனின் கவலை தங்கியுள்ளது. நமது இதிகாசக்கதைகளும், சீவகசிந்தாமணி போன்ற காவியங்களும் குறிப் புருவகங்களாகவே உள்ளன. பைபிளில் இயேசுநாதர் சொல்லுகின்ற கதைகளும் குறிப்புருவகங்களாக உள்ளன.

சங்கக் கவிதைகளின் உள்ளுறை உவமத்தினை extended metaphor அல்லது *தொடர்நிலை உருவகம்* எனலாம். உள்ளுறை உவமத்தில் ஒரு ஒழுங்கமைவு காணப்படுகிறது. பல்வேறு உருவகங்கள் அதில் ஒன்றாக வந்து பொருந்துகின்றன. மேலும் இப்பொருள்கள் யாவும் ஏற்கெனவே நிலை நிறுத்தப்பட்டவை. மாறாதவை.

முரண்கூற்று

ஈசாப் கதைகளில் ஒரு பிரயாணி. அவன் ஒரு காட்டுமனிதனுடன் தங்க வேண்டி வருகிறது. வெளியில் கடுங்குளிர். அந்தப் பழங்குடிமனிதனின் குகைக்குள் வந்தவுடனே பிரயாணி தன் கையைத் தேய்த்து ஊதி விட்டுக் கொள்கிறான். பழங்குடி மனிதன் 'ஏன் அப்படிச் செய்கிறாய்' என்று கேட்டபோது, 'சூடேற்றிக் கொள்வதற்காக ஊதினேன்' என்கிறான் பிரயாணி. பிறகு அந்தக்காட்டுமிராண்டி ஏதோ ஒருதிரவ உணவைச் செய்து தருகிறான். அதையும் ஊதுகிறான் பிரயாணி. 'ஏன் ஊதுகிறாய்' என்று இப்போது கேட்கும் காட்டுமனிதனுக்கு 'அதன் சூட்டைக் குறைக்கவேண்டி ஊதினேன்' என்கிறான் இவன்.

'ஊதுவதன் மூலமாகச் சூட்டை உண்டாக்குகிறேன் என்கிறாய். பிறகு அதேசெய்கையால் சூட்டைக்குறைக்கிறேன் என்கிறாய். நீ நம்பக் கூடிய மனிதன் அல்ல' என்று பிரயாணியை வெளியே தள்ளி விடுகிறான் காட்டு மனிதன். இது *முரண்சூழல்* ஒன்றைச் சித்திரிக்கிறது (paradoxical situation).

இதுபோல முரண்கூற்றும் (பேரடாக்ஸ்) உண்டு. முரண்கூற்று என்பதும் பிரயாணியின் ஊதும் செயல் போன்றதுதான். மேலோட்ட மான ஒரு முரண்பாட்டை அடிப்படையாகக் கொண்டது. ஈசாப்பின் கதையில் வருவது ஒரு முரணான சூழ்நிலை. அணி என்ற வகையில் முரண்கூற்று, ஒரு கூற்றுதான்.

முரண்கூற்று ஒரு தற்காலிக அதிர்ச்சியுண்டாக்குவது. அதுதான் அதன் பயன். சான்றாக, 'பயத்தைத் தவிர வேறெதற்கும் நாம் பயப் படத் தேவையில்லை'. எதற்கும் பயப்படத் தேவையில்லை என்று சொல்லிவிட்டு, பயத்துக்கு பயப்படவேண்டும் என்பது முரண்போலத் தோன்றுகிறது. இதேபோல 'வரலாற்றிலிருந்து நாம் கற்கும் பாடம் என்னவென்றால் நாம் அதிலிருந்து பாடம் எதுவும் கற்பதில்லை என்பதே' என்பதும் முரண்கூற்றுதான். வரலாற்றிலிருந்து பாடம் கற்கிறோம் என்று கூறிவிட்டு, எதையும் அதிலிருந்து நாம் கற்பதில்லை என்பதுதான் அந்தப் பாடம் என்னும்போது முரணும், ஒரு நகைப்பும் இயல்பாக விளைகிறது. 'உலகின் எல்லாப் பொருள்களும் மாறும். மாற்றம் ஒன்றே மாறாதது' என்று சொல்லும்போதும் அது முரண் கூற்றே ஆகும்.

முரண்கூற்றின் மேலோட்டமான ஒன்றாத்தன்மை வாசகரை ஈர்க்கும் விதமாக அமைகிறது. மேல்தள அபத்தத்தின் வாயிலாக அது உண்மைக்குள் நம்மை ஈர்க்கிறது.

'குழந்தை, மனிதனுக்குத் தந்தை' (child is the father of man) என்ற வேர்ட்ஸ்வொர்த்தின் தொடர் நம்மைத் தடுத்து நிறுத்துகிறது. சிந்திக்க வைக்கிறது. பிறகு தலைமுறைகளுக்கு இடையே உள்ள தொடர்பைப் புதுவெளிச்சத்தில் பார்க்கவைக்கிறது. பிற்காலத்தில் தான் வளர்ந்து ஆகின்ற மனிதனோடு அந்தக்குழந்தைக்குள்ள உறவு, ஒரு தந்தைக்கு அவருடைய குழந்தையோடு உள்ள உறவோடு ஒப்பிடப்படுகிறது.

உயர்வுநவிற்சியும் குறைநவிற்சியும்

உயர்வுநவிற்சி, குறைநவிற்சி, குறிப்பு முரண் ஆகியவை ஒரு தொடராக அமைபவை. ஏனெனில் சொல்வதை மிகைப்படுத்திச்சொல்லுதல், உயர்வுநவிற்சி (ஹைபர் போல்). இருக்கும் சூழலின் தன்மையைக்

குறைவுபடுத்திச்சொல்லுதல், குறைநவிற்சி (அண்டர்ஸ்டேட்மெண்ட்). எதிராகச் சொல்லுதல் குறிப்புமுரண் (ஐரனி). உயர்வுநவிற்சி தமிழறிந்தவர்களுக்கு நன்றாகத் தெரியும். 'அருவியின் சாரல் தேவலோகத்தில் சென்று வீழும்' என்பதும், 'மதிலரண் சூரியனை உராய்வதால்தான் சூரியனின் உடல் சிவந்தது' என்பதும் போன்ற மிகைமிகைக் கூற்றுகளை நாம் தமிழ் இலக்கியத்தில் கண்டிருக்கிறோம். உயர்வுநவிற்சியைப் பலவித விளைவுகளை ஏற்படுத்துவதற்குப் பயன்படுத்தலாம்-ஆழமான விளைவுகளையும் உருவாக்கலாம், ஹாஸ்யமான விளைவுகளையும் உருவாக்கலாம்.

ஆனால் வாழ்க்கையின் பலசந்தர்ப்பங்களில் மிகைக்கூற்றினை நாம் கவனிப்பதேயில்லை. மேடைப்பேச்சு என்று வந்துவிட்டாலே மிகைக் கூற்றுகள்தான். பொதுவாக ஆங்கிலத்தில் மிகைநவிற்சியைவிடக் குறைநவிற்சியே மிகுதியாகப் பயன்படுகிறது. தமிழிலோ எங்கும் மிகைநவிற்சிதான். சர்வசாதாரணமாக, 'இவர் உலகிலேயே மிகச் சிறந்த படைப்பாளி' என்றெல்லாம் சொல்லிவிடுவார்கள். ஆங்கிலத்தில் இந்த வாக்கியத்தைச் சொல்லுமுன் (He is the greatest poet in the world) பல்லாயிரம்முறை யோசிக்க வேண்டும் ஏனெனில் உலகிலேயே மிகச் சிறந்த என்று ஆங்கிலத்தில் கூறினால், ஷேக்ஸ்பியர் முதல், மில்டன் முதல், இன்று பலவித கலைப்பாணிகளில் எழுதும் பெரும் ஆசிரியர்கள் வரை யோசிக்கவேண்டிவரும். 'இவர்களையெல்லாம் விட மேலானவரா இவர்?' என்ற கேள்வி, சொல்பவர் மனத்தில்எழும். தமிழில் அவ்வாறு ஒருவரும் யோசிப்பதேயில்லை. படித்தவர்களில், நூற்றுக்குத் தொண்ணூறுபேர் கவிதை எழுதும் தமிழ் நாட்டில் கவியரசர், கவிப்பேரரசர், கவிச்சக்கரவர்த்தி, கவி வேந்தர், கவிக்கோ, பெருங்கவிக்கோ போன்ற அடைமொழிகள் சர்வசாதாரணம். அவர்களுடைய சாதனையை வைத்து நோக்குவதற்கு பதிலாக ஆளைவைத்து நோக்குதல் இங்கு மிகுதி. மறைவாக நமக்குள்ளே பழங்கதைகள் பேசுவதில் நமக்கு ஆர்வம் மிகுதி. அதைப் பிறகலாச்சாரத்தினர், பிற மொழியினர் ஏற்றுக்கொள்ளவேண்டும் என்ற எண்ணம் இருப்பதேயில்லை. இன்னும் கேட்டால், தமிழகத்தில் ஒருவருடைய இயற்பெயரை வைத்துப் பேசுவதே குறைவு. அவரைக் குறிக்க அவரது அடைமொழிகள்தான் பயன்படுத்தப்படுகின்றன. தமிழில் மட்டுமல்ல, மற்ற இந்திய மொழிகளிலும்கூட குறைநவிற்சி என்பது அதிகமாக இல்லை. மிகைநவிற்சியே உண்டு. *மிகைநவிற்சி, இந்தியக் கலாச்சாரத்தின் பிரிக்கமுடியாத ஓர் அம்சம்* என்று குறிப்பிடலாம்.

ஓர் உண்மையை மிகைக்கூற்று வாயிலாகவோ, குறைநவிற்சி வாயிலாகவோ இரண்டாலுமோ அழுத்திக்கூறலாம் என்பது ஒரு

முரண்கூற்றான விஷயம். குறைநவிற்சியை ஓர்அணியாக நம் முன்னோர் கருதவேயில்லை.

குறிப்புமுரண் (ஐரனி)

பெரும்பாலும் இலக்கியப் படைப்புகள் இறுக்கமும் செறிவும் கொண்டவை. ஒரு நல்ல படைப்பாளி, ஒரு நல்ல வணிகனைப் போன்றவன். குறைந்த செலவில் அதிக இலாபத்தை ஈட்டுவது நல்ல வணிகனின் நோக்கம். அதுபோலக் குறைந்த சொற்களில் அதிகபட்ச விளைவை ஈட்டுவது ஒரு கவிஞனின் நோக்கம். அதேசமயம் இறுக்கம் என்பதைச் சிக்கனம் அல்லது சுருக்கம் என்று மட்டும் தவறாகப் புரிந்து கொள்ளக்கூடாது. ஒவ்வொரு சொல்லும் விளைவும் உச்சபட்ச விளைவை நோக்கியதாக இருக்கவேண்டும். இலக்கியப் படைப்பில் ஒரு வெடி மருந்தின் சக்தியோடு வார்த்தைகளின் பிரயோகம் அமைய வேண்டும்.

செறிவுக்கென எழுத்தாளர்கள் பல கருவிகளைக் கையாளுகின்றனர். இவற்றுள் குறியீடு, குறிப்புமுரண் இரண்டும் முக்கியமானவை. இரண்டுமே படைப்பின் வெடிப்புச் சக்தியை மேம்படுத்துபவை. வாசகரின் விழிப்புணர்ச்சியையும் முதிர்ச்சியையும் அவாவி நிற்பவை. குறிப்புமுரண் ஆங்கிலத்தில் ஐரனி என்று சொல்லப்படுகிறது. இதனை முரண் என்று மட்டும் வழங்கலாகாது. முரண் என்றால் காண்ட்ராஸ்ட், அப்போசிஷன், பேரடாக்ஸ் போன்ற பல கருத்துகளைக் குறிக்கும் அபாயம் இருக்கிறது. குறிப்பு என்னும் அடை, இது உய்த்துணர வேண்டிய ஒன்று, மறைவானது என்பதைக் காட்டுகிறது. முரண் என்பது, கருதிய ஒன்றிற்கு-அல்லது வெளிப்படையாகச் சொல்லப் படும் ஒன்றிற்கு மாறான அர்த்த விளைவை ஏற்படுத்துவது என்பதைக் காட்டுகிறது. ஆக எங்கே குறிப்பும் முரணும் இணைந்திருக்கின்றனவோ அங்கே ஒரு விளைவு-ஒரு தொனிப்பொருள் ஏற்படுகிறது.

குறிப்புமுரண் என்பது ஓர் அர்த்தப் பொருந்தாமையை, அர்த்த இடைவெளியை உள்ளடக்கிய ஒரு சொல். ஆனால் அதை எள்ளல் என்று பலரும் கருதிவிடுகின்றனர். எள்ளல் என்பது அங்கதம். பழிப்பது போலப் புகழ்தலும் புகழ்வதுபோலப் பழித்தலும் என்று அதற்குப் பொருள் உரைப்பார்கள். அங்கதத்திலும் வெளிப்படைப் பொருளுக்கு மாறான ஒரு தன்மை இருப்பினும், அது வேறு.

தேவர் அனையர் கயவர் அவரும்தாம்
மேவன செய்தொழுகலான்.

இது அங்கதம் அல்லது எள்ளல். தேவர் போன்றவர் கயவர் என்னும் வெளிப்படையான ஒப்புமை, அங்கத விளைவை ஏற்படுத்துகிறது.

ஆனால் குறிப்புமுரண் இவ்வாறு அமையாது. குறிப்புமுரணின் அடிப்படைப் பண்பு, ஏற்கெனவே சொல்லப்பட்டதைப் போல, குறிப்பு-அதாவது உய்த்துணர்தல் ஆகும்.

ஒரு நல்ல படைப்பாளி, அனுபவத்தின் செழுமையையும், சிக்கலான பண்பையும் உணர்த்தக் குறிப்புமுரணைக் கையாளுகிறான். குறிப்பு முரணில் மூவகை உண்டு. சொல்முரண், நாடக முரண், சம்பவ அல்லது சூழல் முரண் என்று இவற்றைக் குறிப்பர்.

முரண்களிலே மிக எளிமையானதும், பிறவற்றோடு ஒப்பிடும் போது கவிதையில் மிகுதியாகப் பயன்படுவதும் சொல்முரண் (வெர்பல் ஐரனி) என்பதாகும். இக்காலத்தில் சிறுகவிதை எழுதுவோர் இதனை மிகுதியாகக் கையாளுகிறார்கள். வெளிப்படையாக நாம் என்ன கருதுகிறோமோ அதற்கு எதிரிடையான அர்த்தத்தை உருவாக்குவது சொல்முரண். சான்றாக,

மக்களே போல்வர் கயவர் அவரன்ன
ஒப்பாரியாம் கண்டதில்

என்ற குறளைப் பார்ப்போம். இதில் 'மக்களே போல்வர் கயவர்' என்பது குறிப்பு முரண்கொண்ட தொடர். காரணம், 'கயவர் மக்கள் போன்றவர் அல்லர்' என்பது தான் இங்கே வள்ளுவர் சொல்லவருவது. ஆனால் சொல்லுவதோ, 'கயவர் மக்களைப் போலவே இருக்கிறார்கள்' என்பதுதான். இதுதான் சொல்முரண் என்பது. இக்குறளையும் முன்பு நோக்கிய குறளையும் (தேவரனையர் கயவர்) ஒப்பிடலாம்.

தேவர் அனையர் கயவர் - காரணம், இருவரும் தாம் விரும்புவன வற்றை எல்லாம் செய்கிறார்கள்.

மக்களே போல்வர் கயவர் - இதற்குக் காரணம் அல்லது விளக்கம் தரப்படவில்லை. கயவர்-சாதாரண மக்கள் இருவகையினரும் தோற்றத்தில் ஒத்திருக்கிறார்கள் என்ற விளக்கத்தை நாம் கொள்ள முடியும்.

முதற்குறளில் 'கயவர் தேவர்களைப் போன்றவர்கள் அல்ல' என்ற எதிர்மறைப் பொருளை வருவிக்கமுடியாது. ஆனால் பிற்குறளிலோ 'கயவர் மக்கள் போன்றவர்கள் அல்ல' என்ற எதிர்மறைப் பொருள் தான் எஞ்சும். ஆகவே முன்னது அங்கதமாகவும், பின்னது குறிப்பு முரணாகவும் அமைகின்றன.

தேர்ந்த படைப்பாளிகள், சொல்முரணையும் எளிமையாகப் படைத்து விடுவதில்லை. வித்தியாசமாகவே படைக்கிறார்கள். அவர்கள் கூற்றிலிருந்து வெறும் முரண்பாடான அர்த்தம் மட்டுமே

உருவாவதில்லை. உடன்பாட்டு அர்த்தமும் உடனுறைந்தே நிற்கும். இதனால் அதன் சக்திகூடுகிறது. மேற்கண்ட குறட்பாவே இதற்கு நல்ல உதாரணம். 'மக்களைப்போலக் கயவர்கள் இல்லை' என்று சொல்லும் போதே, ஆனால் 'தோற்றத்தில் மக்களைப்போலவே இருக்கிறார்களே' என்ற உடன்பாட்டுப் பொருளும் நிற்கிறது.

இன்னொரு உதாரணத்தையும் திருக்குறளிலிருந்து காணலாம்.

குடம்பை தனித்தொழியப் புட்பறந்தற்றே
உடம்போடுயிரிடை நட்பு.

இக்குறளுக்குப் பொருளெழுதும் பரிமேலழகர், 'நட்பு என்பது ஈண்டுக் குறிப்பு மொழியாய் நட்பின்றிப் போதலை உணர்த்தி நின்றது' எனக்கூறுவது வியப்பானது. இதைத்தானே நாமும் குறிப்புமுரண் என்கிறோம்?

இனி இரண்டாவதான நாடகமுரண் (டிரமாடிக் ஐரனி) பற்றிப் பார்ப்போம். நாடகமுரண் என்பதில் பேசுபவர் கூற்றிற்கு எதிர்மறை அர்த்தம் விளைகிறதா என்பது முக்கியமல்ல. மாறாக, கவிதையில் பேசுபவரின் வார்த்தைகளுக்கும் வாசகர் அதற்கு என்ன பொருளைக் கருதுகிறார் என்பதற்குமான முரண்பாடே முக்கியமானது. பேசுபவர் வார்த்தைகள், நேரடியாகவும் கருதிய பொருளைத் தருவதாகவும் அமையலாம். ஆயினும் அச்சொற்களைக் குறிப்பிட்ட மாந்தர் வாயிலாகப் பேசவைப்பதன் மூலம், வாசகமனோநிலையை அதற்கு எதிரானதாக ஆசிரியர் திருப்பிவிடக் கூடும். வேறுவிதமாகச் சொன்னால் வாசகருக்குக் கூடுதலான விஷயம் தெரிந்திருப்பதால், பேசுபவனுக்கு அது தெரியாததால், நாடக முரண் ஏற்படுகிறது.

உதாரணமாக, மனோன்மணீயம் படைப்பில், சீவகன் குடிலனைப் பலமுறையும் பாராட்டுகிறான். 'அவன் நேர்மையானவன், கடமை யைத் தலையாயதாகக் கருதிச் செய்பவன்' என்ற மாதிரியாகச் சீவகன் கூற்றுகள் வரும்போதெல்லாம், நாம் அவற்றிற்கு எதிரான பொருளையே கொள்கிறோம். ஏனென்றால் வாசகர்களுக்குக் குடிலன் நம்பத்தக்கவன் அல்ல என்பது தெரியும், சீவகனுக்குத் தெரியாது. இப்படிப் பொருள் கொள்ள வேண்டும் என்ற குறிப்பை ஆசிரியர் எதிரில் இருக்கும் பாத்திரத்தின் மேலுரை வாயிலாகவே விளக்கிவிடுகிறார்.

புருஷோத்தமனிடம் நடராசனைத் தூதுவிடச் சொல்கிறார் சுந்தர முனிவர். 'குடிலனிடம் கலந்தாலோசித்து...' என்று இழுக்கிறான் சீவகன். 'சம்போ சங்கர! உன்குடியைச் சங்கரன் காப்பானாக' என்று எழுந்துவிடுகிறார் சுந்தரமுனிவர். இவ்வாறு அவர் உரைப்பதிலேயே

சீவகனின் கூற்றிற்கு எதிராகவே நாம் பொருள்கொள்ள வேண்டும் என்பதையும் குடிலனின் பண்பையும் அறிந்துகொள்கிறோம்.

வழக்கமாக நாடகமுரணுக்குத் தமிழிலக்கியத்திலிருந்து எடுத்துக் காட்டப்படும் சான்று, சிலப்பதிகார மங்கலவாழ்த்துப்பாடலில் தோழியர் வாழ்த்தும் கூற்று. கோவலனுக்கும் கண்ணகிக்கும் திருமணம் நிகழ்கிறது. பெண்கள் வாழ்த்துகிறார்கள்: 'காதலற் பிரியாது கவவுக்கை ஞெகிழாது தீதறுக'. ஆனால் வாசகர்க்கு அடுத்த காதையிலேயே காதலர் பிரிவு, கவவுக்கை நெகிழ்வது நேரப்போவது தெரியும். அடுத்த காண்டத்தில் தீது முதிர்ந்து விளையப்போவதும் தெரியும். இங்கு தோழியர் வாழ்த்துவதாக இதை அமைக்கிறார் இளங்கோவடிகள். ஆசிரியர் கூற்றாகவே இதை அமைத்திருந்தால் இது குறிப்புமுரண் அல்லது நாடகமுரண் ஆகாது. மாறாக முன்னுணர்த்தல் (foreshadowing) ஆகிவிடும்.

கம்பராமாயணம், இவ்வாறான நாடகமுரண்களை அற்புதமாகப் பயன்படுத்தும் அருமையான காவியம். சான்றாக ஓரிடத்தை மட்டும் பார்ப்போம். வாலிவதைப் படலம். சுக்கிரீவன் அறைகூவலைக் கேட்டுப் போருக்குப் புறப்படுகிறான் வாலி. 'சுக்கிரீவன் புதியதொரு துணையுடன் வந்திருப்பதனாலேயே போருக்கழைக்கிறான்' என்றும், 'அப்புதிய துணைவன் இராமனே' என்றும் கூறித் தடுக்கிறாள் தாரை (இது முன்னுணர்த்தல்). அப்போது இராமன் அறத்திற்கே வித்து எனவும், அவன் இப்படிப் பட்ட முறையற்ற செயலைச் செய்யமாட்டான் என்றும் கூறுவதோடு, 'பிழைத்தனை பாவி உன் பெண்மதிப் பேதையால்' என்று தாரையின் முன்னறிவையே பெண்புத்தி என்று குறைகூறுகிறான் வாலி. வாலியின் இக்கூற்றுகள் யாவுமே ஆழ்ந்த குறிப்பு முரண் கொண்டவை. அவற்றிற்கு எதிரான விளைவே நிகழப்போகிறது என்பது அவனுக்குத் தெரியாது. ஆனால் ஆசிரியர்க்குத் தெரியும், நமக்கும் தெரியும். இதுதான் நாடகமுரண்.

நாடகமுரணே அன்றிச் சம்பவ முரண்களையும் இப்படலத்தில் கம்பர் கையாளுகின்றார். வாலியின் மார்பில் அம்பு தைத்தபின், அவனைக் கொல்லவந்த சுக்கிரீவனே கண்ணீர் பெருக்குகின்றான். தன்னைக் கொன்ற இராமனிடமே தன்மகன் அங்கதனைக் கையடையாக ஒப்புவிக்கிறான் வாலி.

நாடகமுரணில் சொல்முரணும் பலசந்தர்ப்பங்களில் உள்ளடங்கி நிற்கும். குறிப்பு முரணை, முரண்தொனி என்று சொல்வதிலும் தவறில்லை. குறிப்பு என்ற தமிழ்ச் சொல்லுக்கு இணையாக, மறை பொருள் அல்லது உய்த்துணரவேண்டிய பொருள் என்பதைத் தொனி என்ற சொல்லும் வெளிப்படுத்தும்.

குறிப்புமுரணின் மூன்றாவது வகை, சம்பவம் சார்ந்த அல்லது சூழல்சார்ந்த முரண் என்பது. ஓர் இலக்கியப் படைப்பாளி மிக முக்கியமாகக் கருதுவது இதைத் தான்.

- தோற்றத்திற்கும் மெய்ம்மைக்குமான முரண்பாடு,
- எதிர்பார்ப்புக்கும் நிறைவேற்றத்துக்குமான முரண்பாடு,
- பொருத்தம் அல்லது தகுதியானதற்கும் தகுதியற்றதற்குமான முரண்பாடு
- நியாயத்துக்கும் நியாயமற்றதற்குமான முரண்பாடு

என வாழ்க்கையில் நாம் காணும் எத்தனையோ முரண்பாடுகள், பொருத்தமின்மைகள், பிளவுகள் போன்றவை சம்பவமுரண் வாயிலாக வெளிப்படுத்தப்படுகின்றன. ஆனால் இதனை மேலோட்டமான சஸ்பென்ஸ், சுவாரசியம் இதற்காக மட்டுமே பயன்படுத்தும் எழுத்தாளர்களும் இருக்கிறார்கள்.

வேர்ட்ஸ்வொர்த்தின் சமகாலத்தவரும் அவரது நண்பருமான கவி கோல்ரிட்ஜ் 'பழைய மாலுமியின் கதை' (The lay of the ancient mariner) என்ற கவிதையைப் படைக்கிறார். ஒரு மாலுமி கப்பலில் பயணம் செய்கிறான். பாய்மரக்கப்பல், காற்றே அடிக்காமல், அப்பால் நகராமல் நடுக்கடலில் நின்றுவிடுகிறது. குடிதண்ணீர் தீர்ந்துபோகிறது. அந்த மாலுமி காண்கிறான்.

தண்ணீர், தண்ணீர்-எங்கெங்கும் தண்ணீர்
குடிப்பதற்குத்தான் ஒரு சொட்டும் இல்லை.

இது சம்பவமுரணுக்கும் சொல்முரணுக்கும் நல்லதோர் எடுத்துக்காட்டு. பாரதியாரின் அக்கினிக்குஞ்சு கவிதையிலும் சம்பவமுரண் உண்டு. அதை 'ஆங்கொரு காட்டிடை பொந்தினில் வைத்தேன்-வெந்து தணிந்தது காடு' என்கிறார். பத்திரமாக, பாதுகாப்பாக பொந்தில் ஒளித்து வைத்தாராம். ஆனால் காடே வெந்து போய்விட்டது.

டி.எச். லாரன்ஸின் கவிதை ஒன்று.

அவன் என் எதிரி என்றார்கள்
அவனைச் சுட்டுவிட்டேன்
ஆனால் பாவம்
அவனை நான் சாதாரணமாகச் சந்தித்திருந்தால்
ஒரு கப் 'பியர்' வாங்கி அவனுக்களித்து
இருவருமே சந்தோஷமாகக் குடித்திருப்போம்
ஆனால் பாவம் / அவன் என் நண்பன்போலவே இருந்தான்.

ஒரு போர்வீரன், எதிரி என்று தனக்குச் சொல்லப்பட்ட இன்னொரு போர்வீரனைக் கொன்றுவிட்டான். வாழ்க்கையில் இருவருக்கும் தனிப்பட்டமுறையில் என்ன விரோதம்? இவன் அவனைக் கொல்லவோ, அவன் இவனைக் கொல்லவோ என்ன காரணம் இருக்கிறது? அரசாங்கத்தரப்பில் அவன் எதிரி, கொல் என்று சொல்லப்பட்டது. கொன்றுவிட்டான். ஆனால் இருவரும் போர்க்களத்தில் அன்றி, வேறு எங்கேனும் சந்தித்திருந்தால், இவன் அவனுக்கு ஒரு கப் பீர் வாங்கி அளித்திருப்பான். இருவரும் சந்தோஷமாக உட்கார்ந்து சற்று நேரம் பேசிக்கொண்டிருந்து விட்டுப் பிரிந்திருப்பார்கள். ஆனால் இப்போது அவன் செத்துவிட்டான். என்ன முரண் இது!

சம்பவமுரண் இன்றிப் படைப்புகள் இல்லை. தமிழிலும் சிறந்த படைப்பாளிகள் இதனை நன்கு கையாண்டிருக்கிறார்கள்.

13

யாப்பு, ஒலிநயம், சந்தம்

ஒலிநயம்-யாப்பு-சந்தம் போன்றவை மொழியின் சொற்பொருள் சாராத அம்சங்கள். அர்த்தத்திற்கும் இவற்றிற்குமிடையே உள்ள உறவு கவிதையில் ஒரு முக்கியப் பிரச்சினையாக உள்ளது. மொழியின் அர்த்தம்சாரா அம்சங்கள் எவ்வாறு செயல்படுகின்றன? அவை பிரக்ஞை பூர்வமாகவும் பிரக்ஞையற்ற விதத்திலும் வாசகனுக்கு என்ன விளைவுகளை ஏற்படுத்துகின்றன? அர்த்தம்சாராக் கூறுகளும் அர்த்தம் சார்ந்த அம்சங்களும் தங்களுக்குள் எவ்வித பரஸ்பர பாதிப்பைக் கொண்டுள்ளன என்பவை மிக ஆழமாக விவாதிக்கப்பட வேண்டிய கேள்விகள்.

தமிழ் யாப்பு கவிதையாக்கத்திற்கேற்ப நெகிழ்ச்சிகளுக்கு இட மளித்து விரிந்து கொடுக்கும் தன்மையுள்ளது. 'கவிதைக்குத் தமிழ் யாப்பிலக்கணத்தைப் போல் இயற்கையான அமைப்பு வேறு கிடையா தென்றே கூறிவிடலாம்' என்பது புதுமைப்பித்தன் கூற்று. யாப்பு பெரும்பாலும் நுட்பமான பணியாற்றுகிறது. தனது நுட்பமான ஒலி நயத்தைத் தரும் பணிக்கும் மேலாக, ஒலி ஆடம்பரமாகத் தன்னை வெளிக்காட்டிக் கொள்ளும்போது சந்தம் உருவாகிறது. சந்தக் கவிதை களை மரபுக் கவிஞர்கள் மட்டும் எழுதவில்லை-ஞானக்கூத்தன் போன்ற புதுக்கவிஞர்களும் எழுதியுள்ளனர் என்பது கருதத்தக்கது.

ஆம், யாப்பினால் உருவாகும் ஒலிநயம், நுட்பமானதாக அமைய வேண்டும். இப்படிப்பட்ட நுட்பமான ஒலிநயத்தினைச் சங்கக் கவிதைகளில் காணலாம். சான்றாக, அதியமான் மறைந்தபோது ஔவையார் பாடுகிறார்.

சிறியகட் பெறினே எமக்கீயும் மன்னே
பெரியகட் பெறினே, யாம் பாடத் தான் மகிழ்ந்துண்ணும், மன்னே
சிறுசோற்றானும் நனிபல கலத்தன் மன்னே
பெருஞ்சோற்றானும் நனிபல கலத்தன் மன்னே... *(புறம்.235)*

இதைப்படிக்கும்போதே ஒரு சோகக்காட்சி நம் கண்முன் உருவா கிறது. இவ்விளைவை இப்பாட்டின் சொற்கள் அளிக்கின்றன. ஒவ்வோர் அடி இறுதியிலும் வரும் மன்னே என்ற நீட்சிச்சொல் இவ்விளைவை மிக நன்றாக உருவாக்குகிறது. அந்த நீட்சி ஓர் ஒப்பாரியின் தன்மை யைத் தன்னுள் கொண்டுள்ளது.

இத்துடன் மன் என்ற சொல்லுக்குரிய அர்த்தங்களும் (அரசன் என்பது ஒரு பொருள், நிலைத்திருத்தல் என்பது இன்னொரு பொருள்) அவ்வொலி நீட்சியோடு சேரும்போது மிகச் சிறப்பான கையறுநிலைக் கவிதை உருவாகிறது. தொடர்களின் நீட்டலும் குறைத்தலும் உணர்ச்சிக் கேற்றவாறு அமைகின்றனவே அன்றி யாப்பு முதன்மைப்படுத்தப் படவில்லை.

அஞ்சொல் நுண்தேர்ச்சிப் புலவர் நாவிற்
சென்று வீழ்ந்தன்று அவன்
அருநிறத்து இயங்கிய வேலே
ஆசாகு எந்தை யாண்டுளன் கொல்லோ
இனிப் பாடுநருமில்லை, பாடுநர்க்கு ஒன்று ஈகுநருமில்லை

என்னும்போதும் உணர்வுக்கேற்ற சொற்கள் தொடரமைப்பும் யாப்பும் பெறும் பாங்கினைக் காண்கிறோம்.

பிற்காலத்தில் இந்நிலை மாறிற்று. பக்திக் கவிதைக் காலத்தில், விருத்தம் என்ற வடிவம் இறக்குமதி செய்யப்பட்டது. மக்களைச் சென்று சேரவேண்டும் பக்தி இயக்கம் என்பதனால், நாயன்மார்களும் ஆழ்வார்களும் பலவிதமான நாட்டுப்புறப்பாடல் வடிவங்களையும், வடமொழி யாப்புகளையும் (தாண்டகம் போன்றவை) இசைப்பாடல் வடிவங்களையும் கையாளலானார்கள். எனவே நான்குவகைப் பாக்களை மட்டும் கொண்டிருந்த தமிழ் யாப்பு அளவிற் பெரியதா யிற்று. அதில் நெகிழ்ச்சி பெரிதும் ஏற்பட்டது. தாளத்தன்மை, சந்தத் தன்மை கூடியது. பக்திப்பாக்கள், இராகத்திற்கேற்பவே (பழங்காலத்தில் இராகத்திற்குப் பண் என்று பெயர்) எழுதப்பட்டன. தமிழில் முதன் முதலில் பாடல் வடிவம், பக்திக் கவிதைகளால் தான் அறிமுகமாயிற்று.

சங்கஇலக்கியமுதலாக இருபதாம் நூற்றாண்டில் பாரதியாரால் வசனகவிதை எழுதப்படும் வரை மரபுயாப்பே பின்பற்றப்பட்டு வந்தது. சங்க இலக்கியப் பாக்களில் அசை, சீர், தளை, அடி என்ற நான்கு உறுப்புகளும் முக்கியத்துவம் பெறுகின்றன. பிற்கால இலக்கியங்களில் சீரும் அடியும் மட்டுமே முக்கியமாயின. மரபுயாப்பிலும் அசைகளுக்கு இடையிலும் சீர்களுக்கு இடையிலும் விட்டிசை உண்டு. இவ்விட்டிசை குறிப்புப் பொருளுடையது என்பது மொழியியலாளர் கருத்து. சீருக்கும்

சீருக்கும் இடையே பிணைப்புறுப்பாகத் தளை உள்ளது. இரா. கோதண்டராமன், சீருக்கும் அடிக்கும் இடையே பிணை என்ற உறுப்பு அல்லது அலகு இருக்கலாம் என்னும் கருத்தை முன்வைத்துள்ளார்.

பக்திஇயக்கம் தோன்றியபிறகு-ஆழ்வார்களும் நாயன்மார்களும் தோன்றியபிறகு யாப்பில் இசைத்தன்மை கூடிற்று. ஒத்த ஒலிநயம் திரும்பத்திரும்ப வரும் யாப்பினை பக்திக்கவிஞர்கள் கையாளுகிறார்கள். சான்றாக

அம்மையே அப்பா ஒப்பிலா மணியே
அன்பினில் விளைந்த ஆரமுதே
பொய்ம்மையே பெருக்கிப் பொழுதினைச் சுருக்கும்
புழுத்தலைப் புலையனேன் தனக்குச்
செம்மையே ஆய சிவபதம் அளித்த
செல்வமே சிவபெருமானே
இம்மையே உன்னைச் சிக்கெனப் பிடித்தேன்
எங்கெழுந் தருளுவ தினியே.

என்ற மாணிக்கவாசகர்தம் பாட்டினைக் காண்க.

விருத்தப்பா வந்தபிறகு ஒலிநயம், நயமாக இல்லை, மிகவும் வெளிப் படையாயிற்று. இதை மிகச்சிறப்பாகப் பொருள் வெளியீட்டிற்குப் பயன்படுத்திக் கொண்டவர் கம்பர். ஆசிரிய விருத்தம் நீண்டு செல்லச் செல்ல, ஒலிநயமும் மிக வெளிப்படையானது. பிற்காலப் புலவர்களோ எனின், சமஸ்கிருதச் சொற்களையும் சந்தத்திற் கேற்றவாறு கையாள லானார்கள். அருணகிரி நாதரிடம் சந்தக்கவிதை தனது உச்சத்தை எட்டியது. அது கோயில்களில் இசையோடு பாடுவதற்கும் மனப் பாடம் செய்வதற்கும் உகப்பான வடிவமாக அமைந்தது. ஆனால் பொருள் தான் போய்விட்டது. வாழ்க்கையின் பன்முக அனுபவங்களை உணர்த்துவது கவிதை என்பதற்கு மாறாக, இறைவனைப் போற்றுவது, வருணிப்பது, உலகவாழ்வை-குறிப்பாகப் பெண்களை இகழ்வது என்ற அளவில் நின்றுபோய்விட்டது. பின்வரும் சந்தப்பா, அருணகிரிநாத ருடையது. பதினான்குசீர் கழிநெடில் அடி ஆசிரியவிருத்தம்.

பக்கரைவி சித்ரமணி பொற்கலணை யிட்டநடை பட்சியெனு முக்ரதுர கமுநீபப்
பக்குவம லர்த்தொடையும் அக்குவடு பட்டொழிய பட்டுருவ விட்டருள்கை வடிவேலும்
திக்கதும திக்கவரு குக்குடமும் ரட்சைதரு சிற்றடியு முற்றியபன் னிருதோளும்
செய்ப்பதியும் வைத்துயர்தி ருப்புகழ்வி ருப்பமொடு செப்பெனஎ னக்கருள்கை மறவேனே

இக்கவரை நற்கனிகள் சர்க்கரைப ருப்புடனெய் எட்பொரிய
வற்றுவரை யிளநீர்வண்
  டெச்சில்பய றப்பவகை பச்சரிசி பிட்டுவெள ரிப்பழமி
  டிப்பல்வகை தனிமூலம்
மிக்கஅடி சிற்கடலை பட்சணமெ னக்கொளொரு விக்கினச
மர்த்தனெனு மருளாழி
  வெற்பகுடி லச்சடில விற்பரம ரப்பரருள் வித்தம ருப்புடைய
  பெருமாளே.

இப்பாடலின் சமஸ்கிருதச் சொற்களே பாடற் பொருளை அறிவதில் மிகுந்த இடைஞ்சலைத் தருகின்றன.

சந்தப்பாடல்களில் வரும் வகையுளி மிகுநகைப்பை விளைவிப்பது. பக்குவ மலர்த்தொடை என்பதை பக்குவம / லர்த்தொடை என்று பிரிப்பது இயல்பானதா? திருப்புகழ் விருப்பமொடு செப்பென எனக்கருள்கை மறவேனே என்பதைத் திருப்புகழ்வி/ ருப்பமொடு/ செப்பெனஎ/ னக்கருள்கை என்பது, நாட்டுப்புறக்கூத்தில் பீமன் மரத்தைப் பிடுங்கினான் என்பதை 'பீமன் மரத்தைப்பி /டிங்கினான்' என்பதுபோலத்தான் இருக்கிறது.

அதைவிட மேற்பாடலில் இறுதியடியில், விற்பரமர் அப்பர் அருள் வித்த என்பதை, விற்பரம / ரப்பரருள் / (எல்லாவற்றையும் கொடுத்த இறைவன் ரப்பரையும் கொடுத்திருப்பார்தானே?) என்று பிரித்துப் பாடுவது மிகவும் ரசமானதுதான்.

சந்தப் பாக்கள் இயற்றுவது மிகவும் கடினந்தான். மூவாயிரத்திற்கும் மேலான சந்தங்களைக் கையாண்டவர் அருணகிரி என்று சொல்லப் படுகிறது. ஆனால் சந்தத்திற்குக் கவிதைப் பொருள் பலியிடப்பட்டு விடுகிறது. 'அர்த்தம் புரியத்தேவையில்லை, இது ஏதோ இறைவன் திருப்புகழ், இதனைப்பாடி அனுபவித்தால் போதும்' என்று (புரியாத சமஸ்கிருத மந்திரங்களை ஓதுவதுபோலவே) கருதுபவர்க்கு இது போதும்தான். ஆனால் கவிதையின் செம்பொருளை நாடுபவர்க்கு இம்மாதிரிப்பாக்கள் ஏமாற்றத்தையே தரும்.

கவிதை இன்பத்தைத் தரும் தனக்கேயான ஒழுங்கமைப்பைக் கொண்டுள்ளது. எனவே அர்த்தத்தைக் கேட்பதற்கு அவசியமில்லை. வட்டமான தட்டு தட்டு நிறைய லட்டு லட்டு மொத்தம் எட்டு என்பதுபோல அந்தச் சந்தஅமைப்பு, மொழி அறிவுத் திறத்தின் அரணைக் கடந்துபோகவும் எந்திரத்தனமான நினைவில் தன்னை இருத்திக் கொள்ளவும் விடுகிறது.

சீர்களை அமைப்பதாலும் ஒலிகளைத் திரும்பத்திரும்ப உண்டாக்கு வதாலும் மொழியை முன்னணிப்படுத்துவதும் விசித்திரப்படுத்துவதும் கவிதையின் அடிப்படையாக உள்ளது. ஆகவே கவிதைக் கோட்பாடுகள் மொழியின் (சீர் அமைப்பு, ஒலி, சொற்பொருள், கருப்பொருள்) என்று வெவ்வேறு வகைகளுக்கிடையிலான உறவுகளை முன்வைக்கின்றன. அல்லது மிகப் பொதுவாகச் சொல்வதென்றால், அவை சொற்பொருள் சார்ந்த மற்றும் சொற்பொருள் சாராத மொழியின் பரிமாணங்களுக்கு இடையிலான, மற்றும் கவிதை என்ன சொல்கிறது, அதை எப்படிச் சொல்கிறது என்பதற்கு இடையிலான உறவுகளை முன்வைக்கின்றன. ஒருவகையில், கவிதை குறிப்பீடுகளை கிரகித்து மறுகட்டமைப்புச் செய்யும் குறிப்பான்களின் அமைப்பு எனலாம். ஏனென்றால் கவிதை யின் உருவ வார்ப்புகள் அதன் சொற்பொருள் அமைப்புகள்மீது விளைவு களைக் கொண்டிருக்கின்றன. அவவிளைவுகள் வேறு சூழல்களில் வார்த்தைகள் கொண்டிருக்கும் அர்த்தங்களை ஜீரணித்து, உள்வாங்கி, அவற்றைப் புதுஅமைப்பு முறைக்கு உள்ளாக்குதல், அழுத்தத்தையும் குவிமையத்தையும் மாற்றுதல், வெளிப்படையான அர்த்தங்களை உருவக அர்த்தங்களுக்குக் கொண்டுபோதல், அணிகளின் வார்ப்பு களுக்கு ஏற்பச் சொற்பிரயோகங்களை ஒழுங்குக்குக் கொண்டுவருதல் போன்ற செயல்கள் மூலம் நிகழுகின்றன. ஒலி, சந்தம் ஆகியவற்றின் தற்செயல் அம்சங்கள் திட்டமிட்ட ஒழுங்கில் சிந்தனையைப் பீடிக்கவும் பாதிக்கவும் செய்கின்றன என்பதே யாப்புக் கவிதையின் மீதுள்ள குற்றச்சாட்டு.

சிந்து, கும்மி, காவடிச்சிந்து, கீர்த்தனை, கண்ணிகள் முதலிய இசைப் பாங்குடைய வடிவங்களிலும் சந்தக்கவிதைக்கான முயற்சிகள் செய்யப் பட்டன. ஆனால் இதில் வெற்றிபெற்றது சிந்து மட்டுமே. பாரதியாரு டைய கைவண்ணத்தில் சிந்து கவிதைக்கான சிறந்த வடிவமாகியது. பிறவற்றிற்கு அந்த பாக்கியம் கிட்டவில்லை என்றுதான் கூறவேண்டும். அண்ணாமலை ரெட்டியாரின் காவடிச்சிந்து பெரும்அளவு எளிமை யாக இருந்தாலும், பொருளில் மிகவும் காலத்துக் கொவ்வாததாக அமைந்து விட்டது.

புதுக்கவிதைகளில் மிகப் பெரும்பான்மையான இடம்பெறுவது அகவல்தான். அடுத்ததாக விருத்தப்பாவும் சற்றே இடம்பெறுகிறது. புதுக்கவிதைகள் யாப்பற்ற பாங்கில் எழுதப்படுவது போன்றிருப்பினும், அவற்றின் அடிகளை மாற்றியமைத்தால் அவை பெரும்பாலும் ஆசிரியப் பாவாகவோ, விருத்தமாகவோ, வஞ்சிப்பாவாகவோ மாறுவதைக் காணலாம். 'புதுக்கவிதைகள் ஒரேவிதப்பாடல் அமைப்பில்-வெண்பா, விருத்தம் என்பதுபோல் இருப்பதில்லை. அகவற்பாவின் நெகிழ்ச்சி

களாகப் பெரும்பாலும் இருக்கின்றன. இதர பாக்கள், பாவினங்களின் குணங்களையும் தேவைக்கு ஏற்பத் தனக்குள் ஏற்றிக்கொண்டு பல்வேறு வடிவங்கள் கொண்டதாக அமையும்' என்று சி.சு. செல்லப்பா கூறியது உண்மைதான். பாவகைகள் புதுக்கவிதையில் இடம்பெற்றாலும் அவற்றிற்கு முக்கியத்துவம் கிடையாது. அடி என்பதே புதுக்கவிதையின் அடிப்படை அலகாக அமைகிறது.

சந்தமும் எதுகைமோனை போன்ற தொடைவகைகளும் சிறப்பாகப் பொருள் விளக்கக் கவனத்தைத் தூண்டவும் முடியும். அதேசமயம் அவை அர்த்தத்தை ஆராய்வதைத் தடைசெய்யவும் முடியும்.

14

கவிதை மதிப்பீடு

கவிதை மதிப்பீட்டை எதிர்த்துப் பல விமரிசகர்கள் குரல்கொடுத் திருக்கிறார்கள். ஒருகாரணம், கவிதை மதிப்பீடு என்பது ஓர் அகவயச் செயலாக உள்ளது. அதை முற்றிலும் புறவயமாக்க-அறிவியல் போன்ற தாக்க முடியவில்லை. இன்னொரு காரணம், கொள்கை மாற்றம். பழங்கால அனுபவக் கொள்கைவாதிகள் இலக்கிய மதிப்பீடு, கவிதை மதிப்பீடு என்பவற்றில் கவனம் செலுத்தினார்கள். ஆனால், அவர்களது மதிப்பீடுகள் பெரும்பாலும் மனப்பதிவுகளாகவே அமைந்தன.

அமைப்புவாதம், பின்-அமைப்புவாதம் போன்ற கொள்கைகள், பழங்காலக் கொள்கைகள் பலவற்றை மறுமதிப்பீடு செய்யவேண்டிய நிலை ஏற்பட்டபோது, அவற்றிற்கு அடிப்படையாக இருந்த இலக்கிய மதிப்பீடு, கவிதைமதிப்பீடு என்பவற்றையும் விமரிசனத்திற்கு உட்படுத் தினார்கள், அவை தேவையற்றவை என்றார்கள்.

இலக்கியமரபு பல்வேறு வகையான கோட்பாட்டு மாதிரிகளை அடிப்படையாகக் கொண்டுள்ளது. ரஷ்ய உருவவியலாளர்கள், கவிதை அமைப்பின் ஒரு தளம் இன்னொன்றைப் பிரதிபலிக்கவேண்டும் என்கிறார்கள். ரொமாண்டிக் கவிதைபற்றிய ஆய்வாளர்களும், பிரிட்டிஷ்-அமெரிக்க நவவிமரிசகர்களும் கவிதைகளுக்கும் இயற் கையான உயிரிகளுக்குமிடையே ஓர் ஒப்புமையை உய்த்துணர் கிறார்கள் (ஆர்கானிக் தியரி). ஒரு கவிதையின் எல்லாப்பகுதிகளும் இசைவாக ஒருங்கே பொருந்தவேண்டும் என்கிறார்கள்.

பின்அமைப்புவாத வாசிப்புகளோ கவிதைகள் என்ன செய்கின்றன என்பதற்கும் என்ன சொல்கின்றன என்பதற்கும் இடையே உள்ள தவிர்க்கமுடியாத இறுக்கத்தை, அதாவது, தான் போதிப்பதை நடைமுறைக்குக் கொண்டுவரஇயலாத ஒரு கவிதையினுடைய (அல்லது மொழியின்) சாத்தியமின்மையை முன்வைக்கின்றன. கவிதை

களைப் பரஸ்பரப்பிரதி உறவிலான கட்டமைப்புகளாகக் காணும் அண்மைக்காலக் கருத்தாக்கங்கள், கடந்தகாலக் கவிதைகளின் எதிரொலிகளால் பின்னால்வரும் கவிதைகள் ஆற்றல் பெறுகின்றன என்று வலியுறுத்துகின்றன. அந்த எதிரொலிகளை அக்கவிதைகள் தன்வயப்படுத்தாமலும் இருக்கக்கூடும். கவிதையை மதிப்பிடும்போது, விமரிசகர்கள் நாடுவது ஒத்திசைவான ஒருங்கிணைவோ அல்லது தீர்க்கமுடியாத இறுக்கமோ எதுவாயினும், அது கவிதையின் ஒருமை யைவிட அதிக முக்கியத்துவம் பெற்றுவிடுகிறது.

கவிதைகளில் உள்ள எதிர்நிலைகளை விமரிசகர்கள் அடையாளம் காண்கிறார்கள். பிறகு அவர்கள் கவிதையின் பிற கூறுகள், குறிப்பாக உருவகப் பிரயோகங்கள் இந்த எதிர்நிலைகளோடு எவ்வாறு தங்களை இணைத்துக்கொள்கின்றன என்று பார்த்து மதிப்பிடுகிறார்கள்.

எஸ்ராபவுண்டின் புகழ்பெற்ற இருவரிக்கவிதையான 'இன் எ ஸ்டேஷன் அவ் தி மெட்ரோ' இது:

The apparition of these faces in the crowd:
Petals on a wet, black bough. அவ்வளவுதான் கவிதை.

இக்கவிதையின் விளக்கம், சுரங்கப்பாதையின் மனித கும்பல் களுக்கும் இயற்கையழகின் காட்சிக்கும் இடையே உள்ள முரண் பாட்டில் அடங்கியுள்ளது. 'சுரங்கப் பாதையின் இருளில் உள்ள இந்த முகங்கள்' 'மரத்தின் நனைந்த கருப்புநிறக்கிளை மீதுள்ள பூவிதழ்கள்' - இந்த இரு அடிகளின் ஜோடிசேர்ப்பு, இவற்றிற்கிடையில் ஒப்பீட்டை வலியுறுத்துகின்றது. சரி. பிறகு என்ன? கவிதைகளின் பொருள்விளக்கம் ஒருமையை (யூனிடி) மட்டும் சார்ந்திருப்பதில்லை. அது கவிதை மரபையும் சார்ந்துள்ளது.

கவிதைகளைப் பொறுத்த மரபு என்னவென்றால், தோற்றத்தில் கவிதையடிகள் எவ்வளவு பொருளற்ற வகையில் இருந்தாலும், அவை முக்கியமான ஏதோ ஒன்றைப் பற்றியவை எனக் கருதப்படவேண்டும். அவற்றில் சொல்லப்படும் பருமையான விவரங்கள் உலகளாவிய முக்கியத்துவம் கொண்டவை என்று கொள்ளவேண்டும். அவ்விவரங் களை முக்கிய உணர்வுகள் அல்லது சிறப்பான முக்கியத்துவம் கொண்ட நினைவுக்குறிப்புகள் போன்றவற்றின் அடையாளம் என்று கருத வேண்டும். டி.எஸ். எலியட் கூறுவதுபோல, அவை உள்ளுணர்வுகளின் புறவயத் தொடர்புறுத்தல்கள் (அப்ஜெக்டிவ் காரலேடிவ்) என்று கருத வேண்டும்.

மேற்கண்ட பவுண்டினுடைய சிறிய கவிதையில் அதன் படிமங் களின் சேர்க்கை தந்திரமான ஒன்று. இக்கவிதை என்ன செய்கிறது?

பாதாள ரயில்நிலையத்தின் நகரக் கும்பலை ஈரமான மரக்கிளையின் மேலுள்ள பூவிதழ்களின் அமைதியான இயற்கைக் காட்சியோடு முரண்படுத்திக் காட்டுகிறதா? அன்றி அவற்றிடையே ஓர் ஒப்புமையைக் கண்டு அவற்றைச் சரிநிகராகப் பார்க்கிறதா? இரண்டுமே சாத்தியம் தான். ஆனாலும் கவிதைமரபின் அடிப்படையில் இரண்டாவது கூறியது-கும்பலில் உள்ள முகங்களுக்கும் மரக்கிளையின் மீதுள்ள பூவிதழ்களுக்கும் இடையே ஒத்த தன்மையைக் கண்டுணரும் பார்வை - சிறந்த வாசிப்பாகக்கருதப்படும். உலகைப் புதிதாகப் பார்ப்பதும், எதிர்பாராத தொடர்புகளைக் கைக்கொள்வதும், அக்காட்சியைக் காணும் பிறருக்கு அது அற்பமானதாகவோ சகிக்க முடியாததாகவோ தோன்றலாம் என்பதைப் புரிந்துகொள்வதும், புறத்தோற்றத்தில் ஆழமுடைமையைக் காண்பதும் கவிக்கற்பனைக்கான ஓர் எடுத்துக் காட்டு எனலாம். இப்படிப்பட்ட கவிக்கற்பனையின் ஆற்றல் குறித்த விளக்கமாகவும் இக்கவிதையைக் கொள்ளலாம். அதாவது அணிச் செயல்முறைகளைப் பயன்படுத்தும் வகையில் கவிதைகளில் விமரிசகர் மேற்கொள்ளும் ஆய்வுப் பயணங்களாகவும் கவிதைகளை வாசிக்கலாம்.

மீண்டும் அனுபவ அடிப்படை நோக்கிற்கே வருவோம். அதன்படி, எந்த ஒரு கவிதையை வாசிக்கும்போதும் நாம் கேட்கவேண்டிய முதற்கேள்வி, இந்தக் கவிதையின் மையநோக்கம் என்ன என்பது. நோக்கம் என்பது இங்கே பயன்ரீதியானது. மைய நோக்கம் ஒரு கதையைச் சொல்வதாக இருக்கலாம், ஒரு பாத்திரத்தை உருவாக்கு வதாக இருக்கலாம், ஒரு காட்சியை விவரித்து மனப்பதிவை ஏற்படுதது வதாக இருக்கலாம். ஒரு மனநிலையையோ உணர்ச்சியையோ வெளிப்படுத்துவதாக இருக்கலாம், ஏதோ ஒரு சிந்தனையை அல்லது மனப்பாங்கினை உணர்த்துவதாக இருக்கலாம். எதுவாக இருந்தாலும் நாம்தான் அதைக் கண்டுபிடித்துத் தெளிவாக்கிக்கொள்ள வேண்டும். கவிதையை வாசிக்கும்போது அதில்பயன்படும் வெவ்வேறு குறிப்பு களும் எவ்வாறு மையநோக்கத்தை நோக்கிக்குவிகின்றன என்பதைப் பார்க்க வேண்டும். இப்படி நோக்கும்போதுதான் அதன் மதிப்பை நாம் அளவிட முடியும். அது சிறந்த கவிதையா, நல்ல கவிதையா, மோசமானதா என்பதையெல்லாம் காணமுடியும்.

> திக்குக்கள் எட்டும் சிதறித் - தக்கத் தீம்தரிகிட தீம்தரிகிட தீம்தரிகிட தீம்தரிகிட
> பக்கமலைகள் உடைந்து - வெள்ளம் பாயுது பாயுது பாயுது - தாம் தரிகிட தக்கத் ததிங்கிட தித்தோம் - அண்டம் சாயுது சாயுது சாயுது - பேய்கொண்டு

தக்கையடிக்குது காற்று - தக்கத் தாம் தரிகிட தாம்தரிகிட தாம்தரிகிட
தாம்தரிகிட

(மழை, பாரதியார்)

மேற்கவிதையை ஆழமாகப் படித்திருந்தால், வாசகர் தாம் ஒரு அர்த்தபூர்வமான அனுபவத்திற்கு ஆட்படுவதை உணர்ந்திருக்கலாம். ஒருவேளை வாசகர், கலைக் களஞ்சியத்தில் மழை என்பதைப் பற்றி ஒரு கட்டுரையைத் தேடிப் படித்துப்பார்க்கலாம். ஆனால் கலைக் களஞ்சியக் கட்டுரையில் இத்தகைய அனுபவம் கிட்டியிருக்காது. ஏனென்றால், கலைக்களஞ்சியக் கட்டுரை மழையைப்பற்றிய கருத்து களைச் சொல்கிறது என்றால், கவிதை ஏதோ ஒருவகையில் அதன் அனுபவத்தைத் தொகுத்துரைக்கிறது. அனுபவத்தை அணுகுவதற்கான இந்த இரண்டு அணுகுமுறைகளும் - பகுத்தாராய்தலும் தொகுத்துரைத் தலும் - ஒருவகையில் ஒன்றையொன்று நிறைவு செய்யக்கூடியவை. தொகுத்துரைத்தலினால் பெறக்கூடிய புரிந்துகொள்ளல், நிச்சயமாகப் பகுத்தாராயும் அறிவிற்குச் சற்றும் தாழ்ந்ததல்ல, அதேஅளவு முக்கிய மானது. அதேசமயம் ஒன்றிற்குள் ஒன்று அடங்கியும் இருக்கின்றன என்பதும் நோக்கவேண்டியதாகும்.

அப்படியானால், இலக்கியம் அர்த்தபூர்வமான அனுபவங்களை உணர்த்துவதற்காகத் தான் இருக்கிறது. அர்த்தபூர்வமானதாக அமைவதற்குக் காரணம், அது செறிவுபடுத்தப்படுவதும், ஒழுங்குபடுத்தப்படுவதும் தான். அனுபவத்தைப்பற்றிச் சொல்வது கவிதையல்ல, நம்மை அந்த அனுபவத்தில் பங்குகொள்ளவைப்பதுதான் கவிதை. கற்பனையின் வாயிலாக, நாம் இன்னும் முழுமையாக, இன்னும் ஆழமாக, இன்னும் வளமாக, இன்னும் அதிக விழிப்போடு நம்மை வாழவைக்கும் வழி கவிதை. இதனைக் கவிதை இரு வழிகளில் செய்யலாம் - நமது அனுபவங்களை அகலப்படுத்துவது - அதாவது, நமது சாதாரண வாழ்க்கையின் அனுபவவீச்சுக்கு அப்பாற்பட்டவற்றையும் நமக்கு எட்டுமாறு செய்வதன் வாயிலாக. இரண்டாவது, நாம் இடையறாது தினசரி வாழ்க்கையில் பெறும் அனுபவங்களையே இன்னும் ஆழப் படுத்துவதன் வாயிலாக.

இந்தக் கருத்தை நாம் மனத்திற்கொண்டால், இரண்டு தவறான அணுகுமுறைகளைக் கைவிடமுடியும். ஒன்று, கவிதையில் எப்போதும் ஒரு நீதிபோதனையை, அறவுரையை, ஒரு பாடத்தை எதிர்பார்ப்பது. இன்னொன்று கவிதை எப்போதுமே அழகாகத்தான் இருக்கவேண்டும் என்று நினைப்பது. இங்கு உதாரணத்திற்குக் காணலாம்:

பரவாயில்லை

செரிப்பற்று இடறும் என் அன்பை
மறைவில் சென்று வாந்தியெடுத்துப்போ (யூமா வாசுகி)

நான் இங்கிருக்கிறேன்
கவனிப்பாரற்றுக் கிடக்குமொரு
உடைந்துபோன
மீன்சட்டியைப்போல் (என்.டி. ராஜ்குமார்)

நீ கவிதை எழுதுகிறாய்
அவன் மலம் அள்ளுகிறான்
இரண்டும் ஒன்றுதான் (சி. மணி)

இவை அழகான பிம்பங்களை முன்வைக்காமற் போனாலும் நல்ல கவிதைகள்தான்.

மெய்க்கொள் பெரும்பனி நலியப் பலருடன்
கைக்கொள் கொள்ளியர் கவுள்புடையூஉ நடுங்க
மா மேயல் மறப்ப, மந்தி கூரப்
பறவை படிவன வீழக் கறவை
கன்றுகோள் ஒழியக் கடியவீசிக்
குன்று குளிர்ப்பன்ன கூதிர்ப்பானாள் (நெடுநல்வாடை, நக்கீரர்)

இக்கவிதைப்பகுதியில், நக்கீரர் குளிரின் தன்மையை (கூதிர்காலத் தன்மையை உணர்த்தமுயல்கிறார். சங்ககாலத்தில் ஒருகாட்டுப்புறத்தில் குளிர்காலம் எவ்வாறிருந்திருக்கக்கூடும் என்பதை உணர்த்துகிறார். பலவிதங்களில் இக்கூதிர்காலம் மகிழ்ச்சி கூரமுடியாததாக, அழகற்றதாக இருக்கிறது என்று காட்டுகிறார். மகிழ்ச்சி, அழகு போன்ற சொற்கள் இக்கவிதையில் இடம்பெறக்கூட இல்லை. ஆனால் பலவேறு அனுபவங்களை நமக்கு அளிப்பதன்மூலம் குளிர்காலம் எவ்வளவு கடுமையாக இருக்கிறது, எப்படியெல்லாம் கோவலர் வாழ்க்கையை அது பாதிக்கிறது என்பதை உணர வைக்கிறார்.

இக்கவிதையில் என்ன அறவுரை அல்லது அறிவுரை இருக்கிறது? நெடுநல்வாடையிலோ பட்டினப்பாலையிலோ ஏதேனும் நீதி போதனையை, அறவுரையை எதிர்பார்க்கும் வாசகர் ஏமாந்து போகத் தான் வாய்ப்பிருக்கிறது. அறவுரையைக் கவிதையில் எதிர்பார்ப்பவர்கள் இனிப்புத்தடவிய மாத்திரையைத் தேடுபவர்கள். ஓர்அனுபவம், தாம் விழுங்கத்தக்க இனிய சொற்களில் கிடைக்கவேண்டும் என்று எதிர்பார்ப்பவர்கள். அவர்கள் எதிர்பார்ப்பது ஒரு சமயவுரைதான்.

கவிதையல்ல. அவர்களைத் தூண்டுவதாக அது அமையவேண்டும். நெடுநல்வாடையின் மேற்கண்ட பகுதி பல நூற்றாண்டுகளாகப் படிக்கப்பட்டு, பாராட்டப்பட்டுத்தான் வந்திருக்கிறது. இப்பகுதி வாசகர்களைத் தூண்டுவதற்காகவோ அழகானதாகவோ இயற்றப் பட்டுள்ளது எனக் கூறமுடியாது.

அழகானதாக இல்லை என்று சொல்லக் காரணம் இருக்கிறது. தன்னளவில் ஒரு கவர்ச்சியான எடுத்துரைப்பு முறையை இக்கவிதைப் பகுதி பெற்றிருந்தாலும், அழகிய வருணனைகள் இல்லை. ஆனாலும் சில வாசகர்கள், கவிதை என்றால் அது அழகாகத்தான் இருக்க வேண்டும், அழகைத்தான் பேசவேண்டும், சூரியாஸ்தமனங்கள், பூக்கள், வண்ணத்துப்பூச்சிகள், அன்பு, கடவுள் போன்றவற்றைப் பற்றியதாகத்தான் இருக்கவேண்டும் என்று நினைக்கிறார்கள். மேலும் கவிதையைப் பாராட்டுவதற்கே, 'ஆஹா, எவ்வளவு அழகாக இருக் கிறது' அல்லது 'எவ்வளவு பிரமாதமாகச் சொல்லியிருக்கிறார்' என்ற வாக்கியங்கள்தான் இன்றுவரை பயன்படுத்தப்படுகின்றன. இப்படிப் பட்டவர்களுக்குக் கவிதைமிகவும் விலையுயர்ந்தது. மென்மையான ஆன்மாக்கள் மட்டுமே உணரக்கூடிய இனிமையானவிஷயம் அது. வாழ்க்கையின் வெப்பத்திலிருந்தும், வியர்வையிலிருந்தும் விலக்கப் பட்டது.

ஆனால் இது கவிதைபற்றி மிகவும் குறுகிய ஒரு பார்வை. கவிதை யின் பணி, பலசமயங்களில், அழகாக இருப்பதைவிட அழகற்றதாக இருப்பதுதான். மலத்தைப் பற்றியும் கவிதை எழுதலாம், சளி பிடித்திருப்பதைப் பற்றியும் இருமலைப்பற்றியும் முதுமையைப் பற்றியும் பிணியைப்பற்றியும் கவிதை எழுதலாம். இவையும் மாலைக் காற்று, வீசுந்தென்றல், வீங்கிள வேனில் போன்றவற்றைப்போல உண்மையானவைதான்.

சமூகத்தில் விலக்கப்பட்ட வார்த்தைகளையும் கருப்பொருள்களை யும் கவிதையில் கையாளுவது என்பது ஓர் எதிர்ப்பம்சம். ஆனால் புனைகதையில் அவற்றைப் பயன்படுத்துவதற்கும் கவிதையில் பயன் படுத்துவதற்கும் வேறுபாடு இருக்கிறது. வெண்ணிலா என்னும் கவிஞர், மாதவிலக்கின்போது பெண்கள் உணரக்கூடிய அசௌகரியத்தை ஒரு கவிதையில் பதியவைத்திருக்கிறார். இதை எண்பதுகளில் எழுதி யிருக்கச் சாத்தியம் இல்லை. கவிப்பொருளில் காலப்போக்கில் ஏற்பட்டிருக்கக்கூடிய சுதந்திரம் இது.

கவிதை முழுவாழ்க்கையையும் தனது எல்லையாகக் கொள்ளக் கூடியது. அதன் முக்கிய அக்கறை அழகைப்பற்றியதல்ல, தத்துவ

கவிதை மதிப்பீடு ❦ 125

உண்மையைப் பற்றியதும் அல்ல, செயலுக்குத் தூண்டுவதைப் பற்றியதும் அல்ல, அனுபவம் ஒன்றுதான். அனுபவத்தின் கூறுகள்தான் அழகும். தத்துவ உண்மையும். அவ்வப்போது கவிஞன் அவற்றிலும் ஈடுபடத்தான் செய்கிறான். ஆனால் கவிதை எல்லாவிதமான அனுபவங்களையும் - அழகானதோ, அழகற்றதோ, தனித்துவ மானதோ, பொது வானதோ, மேன்மையானதோ மேன்மையற்றதோ, நிஜமானதோ, கற்பனையானதோ எல்லாவற்றையும் பற்றியது. மனித இருப்பின் ஒரு முரண்உண்மை என்னவென்றால், எல்லா அனுபவங் களும் - வலியைத் தரும் அனுபவங்கள் உட்பட - கலை என்ற ஊடகத்தின் வாயிலாக உணர்த்தப்படும்போது ஒரு நல்ல வாசகருக்கு மகிழ்ச்சிதரக் கூடியதாகிறது.

நிஜவாழ்க்கையில் சாவும், வலியும், துக்கமும் இன்பமானவை அல்ல. ஆனால் கவிதையில் அவ்வாறிருக்கலாம். நிஜவாழ்க்கையில் சுனாமி அலைகளில் அடிபடுவது மகிழ்ச்சிகரமானதல்ல. ஆனால் கவிதையில் அவ்வாறிருக்கக்கூடும். நிஜவாழ்க்கையில் நாம் அழுகின்றபோது அது நமது துக்கத்தைக் காட்டுகிறது. ஆனால் ஒரு திரைப் படத்தைப் பார்த்து அழுதாலோ நாம் நிச்சயமாக அதை அனுபவித்து மகிழ்கிறோம் என்று தான் அர்த்தமாகும். நிஜவாழ்க்கையில் நாம் அச்சத்திற்கு ஆளாவதை விரும்புவதில்லை. ஆனால் சிலசமயங்களில் டிராகுலா மாதிரியான புத்தகங்களை விரும்பியே படிக்கிறோம், எல்லா ஆழமான வாழ்விலும் நமக்கு ஏதோ ஒருவித ஈடுபாடும் மதிப்பும் இருக்கிறது. உணர் வற்றிருப்பது, சுவாரசியமோ ஆர்வமோ அற்றிருப்பது, எதையும் உணராதிருப்பது என்பது சாவுக்குச் சமம். கவிதை நமக்கு வாழ்வை- உயிர்த் தன்மையைக் கொண்டுவருகிறது, எனவே இன்பத்தையும் அளிக்கிறது. மேலும் அனுபவங்களைக் கவிதை குவியப்படுத்தும், ஒழுங்கமைக்கும் விதம் நமக்கு ஒரு மேலான புரிந்துகொள்ளலை வழங்கும் விதமாக இருக்கிறது. வாழ்க்கையைப் புரிந்துகொள்வது என்பது, ஒரு விதத்தில் அதற்கு எஜமானன் ஆவதாகும்.

கவிதைக்கும் பிற படைப்பிலக்கியங்களுக்கும் எந்த ஒரு தீவிர வித்தியாசமும் இல்லை. கவிதை என்பதை அடிகளின் அமைப்பிலிருந்து அல்லது யாப்பு சந்தம் போன்றவற்றிலிருந்து அறிந்துகொள்ளலாம் எனச் சிறுவயதில் கற்பிக்கப்படுகிறது. இம்மாதிரியான மேலோட்ட மான விஷயங்கள் எவ்விதப் பயனும் அற்றவை. பைபிளில் உள்ள யோபு என்ற பகுதியும், மெல்வில் எழுதிய மோபி டிக் என்ற நாவலும் மிகுந்த கவிதைத் தன்மையுள்ளவை. ஆனால் சிறுகுழந்தைகளுக்குக் கற்பிக்கப்படும் எத்தனையோ சந்தப்பாக்கள் நிச்சயமாகக் கவிதையல்ல என்று நாம் சொல்ல முடியும். கவிதைக்கும் பிற இலக்கியங்களுக்கு

மான வேறுபாடு தன்மையளவிலானதுதான். இலக்கியத்தின் மிகச் செறிவான சுருங்கிய வடிவம் கவிதை. மிகக் குறைந்த அடிகளில் மிக அதிகமானதைச் சொல்வது கவிதை. தனது அடிகளின் சிறப்பினாலோ, அன்றி என்ன நிகழ்ந்தது என்பதன்மேல் மிக ஆற்றலோடு குவியப் படுத்துவதினாலோ, மற்றப்படியான மொழியைவிடக் கவிதைமொழி அதிக அழுத்தத்தைப் பெற்றுள்ளது. அவ்வப்போது ஒளியையும் சூட்டையும் ஒருங்கே தருகின்ற மொழி அது.

எனவே ஒரு நல்ல வாசகர் கவிதைக்குத் தரும் எதிர்வினையைக் கொண்டுதான் அதனை அறிய முடியும். ஆனால் இங்கே ஒரு சிக்கல் இருக்கிறது. நாம் யாவரும் நல்ல வாசகர்களா? அனைவரும் நல்ல வாசகர்களாயின் இந்த நூலுக்கே அவசியமில்லை. இதை வாசிப்பவர் ஒரு மோசமான வாசகராயின் இதுவரை சொல்லப்பட்ட கருத்துகள் பெரும்பாலும் அர்த்தமற்றவையாகவே அவருக்குத் தோன்றும். சான்றாக, ஒருவர், 'கவிதை உள்ளத்தை உருக்குவது, சிறப்பானது என்று நீங்கள் எப்படிச் சொல்ல முடியும்? எனக்குக் கவிதை என்பது சலிப்பூட்டுவதாகவே இருக்கிறது. கவிதை என்பது மிக எளியமுறையில் சொல்லக்கூடியதை அழகுபடுத்திச் சொல்வது தானே?' என்று கேட்கக்கூடும். இது நிறக்குருடனாகிய ஒருவன் சிவப்பு என்று ஒரு வண்ணமே இல்லை என மறுப்பதுபோல்தான்.

கவிதை வாசிப்பதிலுள்ள தொடர்புமுறை, வானொலி வாயிலாகக் கேட்பது போலத்தான். அதில் இரண்டு காரணிகள் உள்ளன. ஒன்று அனுப்பும் நிலையம், இன்னொன்று வாங்கும் கருவி. செய்தியின் முழுமை, அனுப்பும் நிலையத்தின் சக்தி தெளிவு இவற்றையும், வாங்கும் கருவியின் நுட்பத்தையும் அலைச்சேர்க்கையையும் பொறுத்திருக்கிறது. ஒரு கவிதையை வாசித்தபிறகு எவ்வித அனுபவத்தையும் அடையவில்லையானால், ஒன்று கவிதை சரியானதல்ல, அல்லது வாசிப்பவர் மோசமானவர், அல்லது அலைச்சேர்க்கை ஒன்றாதவர் என்று சொல்லிவிடலாம். பழங்கவிதையாக இருந்தால், பல தலைமுறையாக மக்கள் வாசித்து நல்ல கவிதை என்று கருதியதாக இருந்தால், நாம் வாசிப்பவர்தான் மோசம் என்று முடிவு கட்டிவிடலாம். பல புதுக் கவிதைகளைப் படிக்கும்போது நமக்கு எது மோசமானது என்பது தெரிவதில்லை. ஆனால் இது களையக்கூடிய ஒன்றேயாகும். நாம் யாவருமே மிகத் திறனுடைய வாசகர் ஆக முடியாவிட்டாலும், பெரும்பாலான நல்ல கவிதைகளை இரசிக்கக்கூடிய அளவிற்கு நல்ல வாசகர்கள் ஆக முடியும். அல்லது நல்ல கவிதைகளில் இதுவரை பெற்ற இன்பத்தை இன்னும் பெருக்கிக் கொள்ளவும், அவ்வாறு இன்பம் பெறும் கவிதைகளின் எண்ணிக்கையைக் கூட்டிக்கொள்ளவும் முடியும். கவிதையியல்

நூல்களின் நோக்கங்களில் ஒன்று, வாசகர்களை நல்ல 'வானொலிக் கருவிகள்' ஆக்குவதுதான்.

கடைசியாக, கவிதை என்பது ஒருவிதப் பலபரிமாண மொழி. சாதாரணமாக நாம் தொடர்புகொள்ளப் பயன்படுத்தும் மொழி ஒற்றைப் பரிமாணமுடையது. கேட்பவரின் புரிந்துகொள்ளல் என்ற ஒற்றைப் பகுதியை நோக்கிமட்டுமே அம்மொழி செலுத்தப்படுகிறது. ஆனால் அனுபவத்தை உணர்த்த விழையும் கவிதைமொழிக்குக் குறைந்தது நான்கு பரிமாணங்களேனும் உள்ளன என்று கூறலாம். அது அனுபவத்தை நன்கு உணர்த்தவேண்டுமானால், அது முழு மனிதனை யும் நோக்கி எய்யப்பட வேண்டும்-அவனது புரிந்துகொள்ளலை நோக்கி மட்டுமல்ல. அவனது அறிவுப் பகுதியை மட்டுமன்றி, புலனுணர்வுகள், உணர்ச்சிகள், கற்பனை ஆகிய அனைத்தையும் நோக்கியதாக அது அமையவேண்டும். எனவே அறிவுசார் பகுதிக்குக் கவிதை ஒரு புலனுணர்வுப்பகுதி, உணர்ச்சிப்பகுதி, கற்பனைப்பகுதி ஆகியவற்றைச் சேர்க்கிறது என்று கூறலாம்.

இறுதியாக, யாப்பைப்பற்றி முன் இயலில் பேசிவந்ததால் இங்கு இலக்கணம் பற்றியும் சற்று நோக்கலாம். பொதுவாக இக்காலக் கவிஞர்களுக்கு இலக்கணம் என்றால் வேம்பு. அது தேவையற்றது என்று சொல்லும் எண்ணற்ற படைப்பாளிகளை நான் கண்டிருக்கிறேன். 1950களுக்கு முன்வரை இலக்கண அடிப்படையிலான மதிப்பீடு தமிழ் இலக்கிய உலகின் ஒரு பகுதியாக இருந்தது. படைப்பவனுக்கும் வாசகனுக்கும் இலக்கண அறிவு இன்றியமையாதது. குறிப்பாகக் கவிதை மதிப்பீட்டுக்கு மிகமிக இன்றியமையாதது. பழங்கவிதை களை மதிப்பிட இலக்கணத்தின் இன்றியமையாமையை விளக்கத் தேவையில்லை. சான்றாக,

சினமென்னும் சேர்ந்தாரைக் கொல்லி இனமென்னும்
ஏமப் புணையைச் சுடும்

என்ற குறளில் நெருப்பு என்ற சொல் சேர்ந்தாரைக் கொல்லி என வேறு சொல்லால் (பரியாயத்தால்) குறிக்கப்படுகிறது. 'உலகத்து நெருப்பு சுடுவதுதான் சேர்ந்த இடத்தையே, இந்நெருப்பு(சினம்) சேராத இடத்தையும் சுடும்' எனப் பரிமேலழகர் நுட்பத்துடன் கூறுவதை விதப்பு என்பர். ஆனால் அது 'சேர்ந்தாரைக் கொல்லி' என்னும் மாறுபட்ட தொடரால் சினத்தைக் குறிக்கிறது. இவற்றையெல்லாம் தெரியாதோர் திருக்குறள் இலக்கியச் சுவையற்றது என்று கூறித் திரிவர்.

கவிதை தனது பிற பரிமாணங்களை அடைவதற்குப் பயன்படுத்தும் கருவிகள்-வார்த்தைக்கு வார்த்தை அதிக அழுத்தத்தையும், பாட்டுக்குப்

பாட்டு அதிக இழுவிசையையும் அடைவதற்குப் பயன்படுத்துபவை - பல தரப்பட்டவை, ஆனால் இவை எவையுமே கவிதைக்கு மட்டுமானவை அல்ல. இந்த மூலவளங்களையும் அனுபவத்தையும் வைத்து கவிஞன் தனது கவிதையை வடிவமைக்கிறான். வெற்றிகரமான கவிதை என்பது ஒருபோதும் பரந்துசெல்லும் அல்லது நழுவும் ஒன்றல்ல. அது உயிருடன் உருவாக ஒரு மரத்தைப் போன்று திறம்பட வடிவமைந்த தாக-ஒழுங்கமைவுற்றதாக இருக்கவேண்டும். அதன் ஒவ்வொரு பாகமும் ஒரு பணியைச் செய்யும், பிற பாகங்களோடு சரிவரத் தொடர்புகொண்ட, ஒத்திசைவுகொண்ட, ஒரு உயிரியாகக் கவிதை அமையவேண்டும்.

ஒரு கவிதை தன் மையநோக்கத்தைச் சரியானமுறையில் அடைந்திருந்தாலே அதை நல்ல கவிதை என்று சொல்லிவிடலாம். ஏனெனில் பல கவிதைகள் இதற்குள் வழி தவறிவிடுகின்றன. அப்படித் தன் நோக்கத்தினைச் சாதிக்கும் நல்லகவிதையாக அமைந்திருக்குமானால் அந்த நோக்கம் எவ்வளவு முக்கியமானது, சிறந்தது, உன்னதமானது என்று கேட்பதன்மூலம் அது உயர்ந்தகவிதையா இல்லையா என்பதை அளவிடலாம். உயர்கவிதை என்பது நல்ல கவிதையாக இருந்தே தீர வேண்டும். வெறும் உயர்நோக்கம் மட்டுமே கவிதையை உருவாக்கி விடாது. உயர்ந்த நோக்கம் கொண்டவர்கள் எல்லாம் கவிஞர்கள் அல்லவே? கவிதையாகத் தவறுவது எது, வெற்றிகரமான கவிதை எது, நல்ல கவிதை எது, உயர்ந்த கவிதை எது என்றெல்லாம் கேட்டுக் கொண்டு உசாவிப் படிக்கவேண்டும்.

தன்னுணர்ச்சிக் கவிதையை மதிப்பிடுதல்

கவிதைக்கொள்கை, கவிதைமீது கவனத்தைக்குவித்தாலும், வேறு விஷயங்களோடு சேர்த்து கவிதைகளை மதிப்பிடும் பல்வேறுபட்ட முறைகளின் பரஸ்பர முக்கியத்துவத்தையும் விவாதிக்கிறது. கவிதை என்பது வார்த்தைகளாலான அமைப்பு. ஒரு பிரதி மட்டுமல்ல. அது ஒரு நிகழ்வும் ஆகும். கவிதை, கவிஞனின் ஒரு செயல். சொற்களாலான கட்டமைப்பு. வாசகனின் ஓர்அனுபவம், இலக்கியவரலாற்றைப் பொறுத்தவரை அது ஒரு சம்பவம். எனினும், எல்லாக் கவிதைகளையும் ஒன்றுபோல மதிப்பிட முடிவதில்லை.

இது தன்னுணர்ச்சிக் கவிதைகளின் காலம். பிற கவிதைகளைவிடத் தன்னுணர்ச்சிக் கவிதைகளை மதிப்பிடுவது கடினமாக இருக்கிறது. சாதாரண வாசகன் ஒருவனுக்கு ஏறத்தாழ எல்லாக் கவிதைகளும் (கவிதை போன்றவைகளும்) ஒரேமாதிரியாகக் காட்சியளிப்பதால் வேறுபடுத்தி மதிப்பிட முடிவதில்லை.

ஒருகவிதையை எழுதும் செயலுக்கும் அந்தக்கவிதையில் பேசும் நபரின் அல்லது குரலின் செயலுக்கும் உள்ள உறவு ஒரு முக்கியப் பிரச்சினையாக இருந்துள்ளது. கவிதையில் நாம் கேட்பது ஆசிரியன் குரல் அல்ல. ஆசிரியன் கவிதையைப் பேசுவதில்லை. கவிதையை வேறு ஏதோ ஒரு குரல் பேசுவதாக ஆசிரியன் கற்பனை செய்கிறான். கவிதையில் பேசும் அந்தக் குரலுக்கும் கவிதையைச் செய்த கவிஞனுக்குமிடையேயான வேறுபாட்டிலிருந்து தொடங்குவது முக்கியம். இதன் மூலம் பேசும் குரலின் உருவத்தை அடையலாம்.

தன்னுணர்ச்சிக்கவிதை என்பது தற்செயலாகக் காதில் விழும் ஒரு பேச்சு என்றார் ஜான் ஸ்டூவர்ட் மில். நம் கவனத்தை ஈர்க்கும் ஒரு பேச்சு அது. நம் காதில் அது விழும்போது பேசும் நபர் ஒருவரையும் ஒரு சூழலையும் கட்டமைப்புச் செய்துகொள்கிறோம். அக்குரலின் தொனியை அடையாளம் கண்டுகொள்வதன்மூலம் நாம் பேசும்நபரின் தோற்ற அமைப்பு, சூழல்கள், அக்கறைகள், மனப்பான்மை ஆகியவற்றை உய்த்துணர்கிறோம். சங்ககாலக் கவிதைகளைப் படித்தவர்களுக்கே இது நன்றாகத் தெரியும். சில சமயங்களில் இவை ஆசிரியரைப் பற்றி நமக்குத்தெரிந்த விஷயங்களோடு பொருந்திப் போகலாம். பெரும்பாலும் பொருந்திப்போவதில்லை. பொருந்தவேண்டுமென்ற அவசியமும் இல்லை. இருபதாம் நூற்றாண்டில் இதுதான் தன்னுணர்ச்சிக் கவிதைக்குரிய முதன்மையான அணுகுமுறையாக இருந்தது.

தென்னையின் கீற்று சலசலவென்றிடச்
செய்துவரும் காற்றே!
உன்னைக் குதிரைகொண்டேறித் திரியுமோர்
உள்ளம் படைத்துவிட்டோம்
சின்னப்பறவையின் மெல்லொலி கொண்டிங்கு
சேர்ந்திடு நல்காற்றே!
மின்னல் விளக்கிற்கு வானகம் கொட்டும் இவ்
வெட்டொலி ஏன் கொணர்ந்தாய்?

நிஜஉலகக் கூற்றுகளின் புனைவுரீதியான போலிசெய்தல் தான் கவிதைப்படைப்புகள் என்று ஒரு நிலைப்பாடு உண்டு. ஒரு தனி மனிதனின் அந்தரங்கக் கூற்றுகளைப் புனைவுரீதியாகப் போலிசெய்யும் போது தன்னுணர்ச்சிக்கவிதை பிறக்கிறது. இதனை மேற்கண்ட பாரதியார் கவிதை உதாரணத்தினால் அறியலாம்.

கவிதையை விளக்கும் செயல், பிரதியிலிருந்து கிடைக்கும் அறிகுறிகளைக் கொண்டும், பேசுபவர்கள் பற்றிய, அவர்களது சூழ்நிலைகள்

பற்றிய நமது பொது அறிவைக் கொண்டும், அக்கவிதையில் பேசும் மனிதரின் மனோபாவங்களைக் கண்டடையும் செயலாகும். உதாரண மாகக் காற்றை நோக்கி ஒருவரை இப்படிப் பேச வைப்பது எது? இப்படிப் பேசுபவருடைய மனோபாவத்தின் நுட்பமான சிக்கல்கள் மீது, அதாவது பேசுபவராக நாம் மறுகட்டமைப்புச் செய்பவருடைய சிந்தனைகள், உணர்ச்சியோடு வெளிப்படுகின்ற தன்மையை நாடக மயமாக்குகின்ற முறையில், கவிதையின்மீது கவனத்தைக் குவிப்பதே கவிதை இரசனைக்கான முதன்மையான அணுகுமுறை. சங்கக் கவிதைகள் போலத் தம் பேச்சினால் நாம் அடையாளம் கண்டுகொள்ள இயலுகின்ற மனிதர்களைப் பல கவிதைகள் முன்வைப்பதனால் இது ஓர் ஆக்கபூர்வமான அணுகுமுறையே ஆகும். ஆனால் நாம் தன் னுணர்ச்சிக் கவிதைகளைக் காணும்போது சில சிரமங்கள் எழுகின்றன. எடுத்துக்காட்டாக, மீண்டும் பாரதியின் கவிதை ஒன்று.

அண்டம் குலுங்குது தம்பி-தலை ஆயிரம் தூக்கிய
சேடனும் பேய்போல்
மிண்டிக் குதித்திடுகின்றான்- திசை வெற்புக்குதிக்குது
வானத்துத் தேவர்
செண்டுபுடைத்திடுகின்றார் - என்ன தெய்விகக் காட்சியைக்
கண் முன்பு கண்டோம்

அல்லது ஆத்மாநாமின் கவிதை ஒன்று.

அற்புத மரங்களின் அணைப்பில்
நான் ஒரு காற்றாடி
வேப்ப மரக்கிளைகளின் இடையே
நான் ஒரு சூரிய ரேகை
பப்பாளிச் செடிகளின் நடுவே
நான் ஒரு இனிமை
சடைசடையாய்த் தொங்கும் கொடிகளில்
நான் ஒரு நட்சத்திரம்.

இக்கவிதையைப் பேசுபவர் யார்? எந்தச் சூழல் இப்படிப் பேச வைக்கிறது? இப்படிப் பேசுபவர் கவிதை சாராத எந்தச் செயலை நிகழ்த்தக்கூடும்? இவற்றைக் கற்பனை செய்வது கடினம். இப்படிப் பேசுபவர் தங்களைப்பற்றி மிதமிஞ்சியவிதத்தில் பாவனைகொண்டு தன் வசமிழந்த கவிதையாகப் பொழிகிறார்கள் என்று பழங்காலத்தில் கருதினார்கள். இக்கவிதைகளைச் சாதாரணப் பேச்சுச்செயல்பாடு களின் புனைவுரீதியான போலிசெய்தல்கள் என்ற வகையில் நாம் புரிந்துகொள்ள முயல்கிறோம். அப்படிப் புரிந்துகொள்ள முனையும்

போதோ முன்கூறியபடி அச்செயல்பாடு கவிதை என்பதையே போலி செய்வதாகத்-தன்னையே பின்பற்றுவதாகத் தோன்றுகிறது.

இந்தச் சான்றுகள் தன்னுணர்ச்சிக்கவிதையின் இயற்கைமீறிய தன்மையைக் காட்டுகின்றன. தன்னுணர்ச்சிக்கவிதைகள் நிஜமாகக் கேட்பவர்களிடம் பேசுவதைவிட இயற்கை, காற்று, புலி, என்று அனேகமாக எதனிடம் வேண்டுமானாலும் பேசுவதாகத் தோன்று கிறது. அவை அப்பேச்சை மிகையழுத்தத்தோடும் நிகழ்த்துகின்றன. இங்கு மிகைக்கூற்றுதான் நியதியாக இருக்கிறது.

விசையுறு பந்தினைப்போல்-உள்ளம்
வேண்டியபடி செலும் உடல்கேட்டேன்
நசையறு மனம் கேட்டேன்- நித்தம்
நவமெனச் சுடர்தரும் உயிர்கேட்டேன்
தசையினை தீச்சுடினும் - சிவசக்தியைப் பாடும்
நல்அகம் கேட்டேன்
அசைவறு மதிகேட்டேன் - இவை அருள்வதில்
உனக்கெதும் தடையுளதோ

என்று பாரதி கேட்கிறார்.

பொலிக பொலிக பொலிக போயிற்று வல்லுயிர்ச் சாபம்
நலியும் நரகமும் நைந்த நமனுக்கு இங்கு யாதொன்றுமில்லை

என்று வீறொடு பாடுகின்றார் நம்மாழ்வார்.

நாமார்க்கும் குடியல்லோம் நமனையஞ்சோம்
நரகத்தில்இடர்ப்படோம் நடலையில்லோம்
ஏமாப்போம் பிணியறியோம் பணிவோம் அல்லோம்
இன்பமே எந்நாளும் துன்பமில்லை

என்கிறார் அப்பர்.

இம்மாதிரித் தன்னுணர்ச்சிக்கவிதைகள் லாஞ்சைனஸ் கூறும் விழுமிய நிலைக்குக்கொண்டுசெல்வன என்பதற்குச் சிறந்த எடுத்துக் காட்டுகள் செவ்வியக் காலத்திலிருந்தே கவிதைக் கொள்கை யாளர்கள், கவிதை நாடி அடைய விரும்புவதாகக் கூறும் விழுமிய நிலை (sublime) கவிதை யின் எல்லையிகந்த தன்மையில்தான் உள்ளடங்கி யுள்ளது. இவ்விழுமிய நிலையை மனிதத் திறமைகளைக்கொண்டு புரிந்துகொள்ள இயலாது. மதிப்பு கலந்த வியப்பு/அச்சம் அல்லது உணர்ச்சிபூர்வத் தீவிரத்தைத் தூண்டுவதும், மனித நிலைக்கு அப்பாற் பட்ட ஒன்றைப் பற்றிய உணர்வைத் தருவதுமான ஒன்றோடு இவை தொடர்புடையன.

இந்த அனுபவ எல்லைகடந்த நாட்டம், இல்லாத ஒரு மனிதர்/

தெய்வம்/ பொருளைப் பார்த்துப் பேசும் அணி வழக்கான இலக்கணை, மனிதன் அல்லாத ஒன்றுக்கு மனிதப் பண்புகளை ஏற்றுவதான திணையுருவகம், இல்லாத/கற்பனை மனிதருக்குப் பேச்சை வழங்கும் ஆளுருவணி (புரோசோபோபேயா) போன்ற அணிகளோடு பிணைக்கப் பட்டுள்ளது. கவிதையின் மிக உயர்ந்த நாட்டங்கள் எவ்வாறு இவ்வகை யான அணிகளோடு பிணைக்கப்பட்டிருக்க இயலும்?

தன்னுணர்ச்சிக்கவிதை உண்மையில் கேட்பவராக இல்லாத ஒருவரை/ஒன்றைப் பார்த்துப் பேசுவதற்காகப் பேச்சின் வழக்கமான பாதையிலிருந்து விலகி, அணிகளைப் பிரயோகப்படுத்திச் செல்கிறது. இது கவிஞரைத் திடீரென்று பேசவழிவகுத்த ஆற்றல் மிகுந்த உணர்ச்சி யைக் குறிப்பதாகக் கொள்ளப்படுகிறது. இந்த உணர்ச்சித்தீவிரம், விளித்துப்பேசுதல், வேண்டுதல் போன்ற செயல்களோடு இணைகிறது. இதற்கு ஒரு குறிப்பிட்ட சூழ்நிலை தேவைப்படுகிறது. பிரபஞ்சமே தாங்கள் சொல்வதைக் கேட்கவும், அதற்கேற்ப நடக்கவும் செய்யும் என்ற மிகையான கோரிக்கை இதில் அடங்கியிருக்கிறது. இவ்வாறு கவிஞர்கள் (அல்லது கவிதையில் பேசுவோர்) தங்களை வானுணர்வுக் கவிஞர்களாக, மாயக்காட்சி காண்பவர்களாக, தீர்க்கதரிசிகளாக உருப் படுத்திக் கொள்கிறார்கள்.

இம்மாதிரித் தன்னுணர்ச்சிக்கவிதையில் பேசுகின்ற குரல்கள் கவிதையைப் பேசும் வெறும் குரல்களாக அன்றி, கவிதைமரபு, கவிதை ஆன்மாவின் உருவாகத் தம்மை நிலைநாட்டிக் கொள்கின்றன. காற்றை வீசச் சொல்வதும், 'புவிஏறிப் புகழ் மிசை என்றும் இருப்பேன்' என்பதும் மந்திரச்சடங்கு தொடர்பான செயல்களாகும். ஒருவர் சொல்லிக் காற்றும் வருவதில்லை, புவிஏறி ஒருவரும் இருக்கப்போவதும் இல்லை என்பதனால் இவை சடங்குரீதியானவை. இவை நாடகப்படுத்தப்படும் அழைப்புகள். அவை கவிதைக்குரலாகவும் தீர்க்கதரிசனக் குரலாகவும் தமது அடையாளத்தை நிறுவிக்கொள்ளவே பேசுகின்றன. இம்மாதிரிக் கவிதைக் குரல்கள் கவிதைச் சம்பவங்களை நிகழ்த்துகின்றன. கதைக் கவிதைகள் ஒரு நிகழ்வை விவரிக்கின்றன என்றால், தன்னுணர்ச்சிக் கவிதைகள் அந்த நிகழ்வாகவே இருக்கமுற்படுகின்றன.

ஆனால் தன்னுணர்ச்சிக்கவிதை ஒழுங்காகச் செயல்படும் என்பதற்கு உத்திரவாதம் கிடையாது. நல்லகவிஞர்கள் அதனைச் சிறப்பாகச் செய்வர். மோசமான கவிஞர்கள் கெடுத்துவிடுவர். தன்னுணர்ச்சிக் கவிதையின் தலையாய அணியாகிய இலக்கணை, குழப்பமூட்டக் கூடிய கவித்தன்மை கொண்டது. பலசமயங்களில் அதிகமாகக் கற்பனையை வேண்டாதது. புதிர்த்தன்மை கொண்டது. மிகைக்

கூற்றெனவோ பிதற்றல் எனவோ நிராகரிக்கப்பட வாய்ப்புள்ளது. ஒரு வகையில் தன்னுணர்ச்சிக் கவிஞனாக இருப்பதே தீவிர உணர்வினை வெற்றிகரமாக நிகழ்த்திக் காட்டவும், பிதற்றல் என்று இவை கருதப் படமாட்டா எனவும் பந்தயம்கட்டவும் முயல்வதாகும்.

பிறகவிதைகளை வார்த்தைகளால் ஆன கட்டமைப்புகள் எனக் கருதுகிறோம், தன்னுணர்ச்சிக் கவிதை என்பது ஒரு நிகழ்வு என்கிறோம். இருவிதக் கவிதைகளுக்கிடையிலான இவ்வுறவு கவிதைக்கொள்கைக்கு ஒருமுக்கியப் பிரச்சினையாகிறது. இலக்கணை, திணையுருவகம் போன்ற அணிகள் ஒன்றை நிகழ வைக்கமுயல்கின்றன, அந்த நிகழ்வு வார்த்தை உபாயங்களின் மீது அமைக்கப்பட்டது என்பதையும் வெளிப்படுத்துகின்றன.

எது தன்னுணர்ச்சிக்கவிதையைப் பிற பேச்சுச்செயல்பாடுகளிலிருந்து வேறுபடுத்திக் காட்டுகிறது? எது அதைக் கவிதைவடிவங்களிலேயே மிகு இலக்கியத்தன்மை கொண்டதாக ஆக்குகிறது? இலக்கணை, மனிதப்படுத்தல், திணையுருவகம், மிகைக் கூற்று ஆகியவற்றை வலியுறுத்துவது என்பவை மட்டும் போதவில்லை. காலம்காலமாக இயங்கிவரும் கவிதைக் கொள்கையாளர்களின் கூற்றுகள் மீண்டும் அனுபவம் என்பதற்கே திரும்பவைக்கின்றன

நார்த்ராப் ஃப்ரை, தமது 'அனாடமி அவ் கிரிடிசிசம்' என்னும் நூலில் தன்னுணர்ச்சிக் கவிதையின் அடிப்படைக்கூறுகள் பிதற்றல், கிறுக்கல் என்கிறார். இவை மந்திரம், புதிர் என்வற்றிலிருந்து தோன்றியவை. கவிதைகள் எதுகை, மோனை, .சந்தம், திரும்பத்திரும்ப ஒலிகளைப் பயன்படுத்தல்(இயைபு) போன்ற அர்த்தம் சாராத மொழியம்சங்களை முன்னணிப்படுத்துவதன் மூலம் மந்திர அல்லது உச்சாடன விளைவை ஏற்படுத்துவதாகச் சொல்கின்றன. அதனால் தான் தன்னுணர்ச்சிக் கவிஞ ரான பாரதியும் 'மந்திரம்போல் வேண்டுமடா சொல்லின்பம்' என்கிறார்.

கவிதைகள் அவற்றின் மனம்போன போக்கிலான, சுற்றிவளைத்தலான முறைகளாலும் புதிர்த் தன்மைகொண்ட சொல்லமைப்புகளாலும் நம்மிடம் கிறுக்கல்களை அல்லது புதிர்களைத் தருகின்றன. 'சடைசடை யாய்த் தொங்கும் கொடிகளில் நான் ஒரு நட்சத்திரம்' என்றால் என்ன?

இவ்வகை அம்சங்கள் குழந்தைப் பாக்களிலும் கதைப்பாடல்களிலும் பிரதானமாகக் காணப்படுபவை. குழந்தைப்பாடல்களின் இனிமை பல சமயங்களில் சந்தம், விசித்திரமான படிமத்தன்மை ஆகியவற்றில் அடங்கியுள்ளது. 'வட்டமான தட்டு / தட்டு நிறைய லட்டு / லட்டு மொத்தம் எட்டு' என்கிறோம். கவிதைகளை நாம் தர்க்கரீதியாக

அணுகும் முறைப்படி அணுகினால், ஏன் வட்டமான தட்டாக மட்டுமே இருக்க வேண்டும்? சரி, அப்படியே வைத்துக்கொண்டாலும், அதில் லட்டுமட்டும்தான் இருக்க வேண்டுமா? அது ஏன் எட்டு இருக்க வேண்டும்? பத்து அல்லது பதினைந்து இருக்கக் கூடாதா? இப்படி யெல்லாம் கேள்வியெழும். எனவே குழந்தைப் பாக்களின் சந்தத் தன்மையும், அபத்தத்தன்மையும் வெளிப்படையானவை.

தன்னுணர்ச்சிக் கவிதை ஏதோ ஒருவிதத்தில் கவிதைக்கென ஒரு விதி இருப்பதுபோல ஒருமை, தன்னாட்சி ஆகியவற்றின் அடிப்படையில் அமைந்துள்ளது. அதாவது நாடகக் கவிதையில் ஓர் உரையாடலைக் கையாள்வதுபோல, அதை விளக்க ஒரு பரந்த சூழலின் பின்னணியை அமைப்பதுபோலத் தன்னுணர்ச்சிக்கவிதையைக் கையாளக்கூடாது. தனக்கே உரிய தனிவித அமைப்பை அது கொண்டுள்ளது என்று கருதவேண்டும். அது ஓர் அழகியல் முழுமை என்பதுபோல அதை வாசிக்கவேண்டும்.

15

கவிதை விமரிசனம்

கவிதையை விமரிசனம் செய்வதற்குக் கவிதையை மதிப்பீடு செய்வது மட்டும் போதாது. எப்படி மதிப்பீடு செய்யப்பட்டது என்ற முறையை யும் விளக்கவேண்டும். ஒரு திரைப்படம் பார்த்தால்கூட இது நல்ல படம், இது மோசமான படம் என்கிறோம். இது மதிப்பீடு. ஏன் அந்த முடிவுக்கு வந்தோம் என்பதை விளக்கும்போதுதான் அது விமரிசனம் ஆகும். *விமரிசனம் என்பது மதிப்பிடலும் விளக்குதலும்* (evaluation and elucidation) என்ற வரையறை இதைத்தான் சொல்கிறது. விளக்குவது என்று வரும்போது எந்தக் கோட்பாட்டின் அடிப்படையில், எத்தகைய தரவுகளால் மதிப்பிடுகிறோம் என்பதையும் தெளிவாகக் கூறுவது அவசியம். இவற்றையெல்லாம் செய்யாவிட்டால் அந்த மதிப்பீடு வெறும் மனப்பதிவு என்ற அளவிலேயே நின்றுவிடும்.

கவிதை வாசிப்பு, கவிதை விமரிசனம் இரண்டும் வெவ்வேறு செயல்கள் என்று கொள்ளப்படுகின்றன. கவிதை விமரிசனம், கவிதை யின் அமைப்பு, இழைவமைதி, எடுத்துரைப்புமுறை, அணிகள் போன்ற வற்றைப் பற்றியது. கவிதை வாசிப்பு என்பது பொருள்கொள்ளும் முறை. பழைய விமரிசனமரபில் வாசகனைப் பெரும்பாலும் கணக்கில் கொள்வதில்லை. வாசகன் நாம் தெளிவாக அறிந்த ஒருவன். ஏன், நாம் தான் வாசகர்கள், அனைவரும்தான் வாசகர்கள்.

பழைய இலக்கியக் கொள்கைகள், கவிதை என்பது ஒரு விளைவு உண்டாக்கும் பொருள், அதாவது வாசகனை உணர்ச்சி ரீதியாக பாதிக்கும் சாதனம், அல்லது வாசகனுக்கு ஒரு பயனைத் தருகின்ற சாதனம் என்று கருதின. கவிதைக்கலை என்னும் நூலில் கிரேக்க ஆசிரியர் ஹோரஸ், 'கவிதை என்பது பயன்தரக்கூடியது, மகிழ்வூட்டக் கூடியது' என்று வருணிக்கிறார். வாசகர்களை மிக எளிதாக இரண்டாகப் பிரித்து, 'முதிர்ந்தவர்கள் கவிதையின் பயன்பாட்டைக்கருதுகின்றார்கள்; இளைஞர்கள் மகிழ்ச்சியை விரும்புகின்றார்கள்' என்று முடித்து விடுகிறார். தமிழ்க்கவிதையும் நூற்பயன் பற்றிப் பேசியிருக்கிறதே

தவிர, வாசகன் எப்படிப்பட்டவன் என்பதுபற்றி ஒன்றும் கூறவில்லை. பொதுவாக நூலாசிரியரின் உள்நோக்கத்தை (intention) அறிந்து கொள்வது தான் வாசகரின் கடமை என்பது போன்ற கருத்து இந்தியா முழுவதும் நிலவியுள்ளது. சமஸ்கிருதக் கோட்பாட்டில் வாசகனின் சஹ்ருதயத் தன்மை வலியுறுத்தப்படுகிறது. சஹ்ருதயத் தன்மை என்பது ஒத்த மனநிலை, இன்று ஆங்கிலத்தில் ஒத்துணர்வு (எம்பதி) என்று சொல்வதைப் போன்றது. ஒத்துணர்வுக்கும் பரிவுணர்வுக்கும் (சிம்பதி) வேறுபாடு உண்டு. பரிவுணர்வு, ஒருவரது நிலையை அறிந்து பரிவு காட்டுதல், அனுதாபித்தல். ஒத்துணர்வு என்பது (ஆங்கிலத்தில் to be in the other man's shoes என்று கூறுவார்களே, அதைப்போன்று) இன்னொருவர் இடத்தில் தன்னை வைத்துப்பார்த்து உணர்வது.

நாவலாசிரியர் ஹென்றி ஜேம்ஸ், வாசிப்புமுறை பற்றிச் சென்ற நூற்றாண்டில் அக்கறை காட்டிய ஒருவர். 'ஒரு நாவலாசிரியன் தனது கதாபாத்திரங்களை உருவாக்குவதுபோலவே தனது வாசகர்களையும் வடிவமைக்கிறான்' என்பது அவர் முதலில் கொண்டிருந்த கருத்து. ஆனால் பிற்பாடு இக்கருத்து மாறிவிட்டது. வாசிப்பு என்பது மறு உருவாக்கம் *(ரீகன்ஸ்ட்ரக்ஸன்)* செய்வது என்ற நிலைப்பாட்டை அவர் கொண்டார். *வாசகன் என்பவன், ஆசிரியனது மகிழ்வுறுத்தும் அல்லது அறம் போதிக்கும் இலக்கு அல்ல. அவன் கவிதையைப் புரிந்துகொண்டு மறுகட்டமைப்புச் செய்பவன்* என்று கருதுகின்றார்.

ஐ.ஏ. ரிச்சட்ஸ் இருபதாம் நூற்றாண்டின் தொடக்கத்தில், அனுபவ ரீதியான வாசிப்பை வலியுறுத்தினார். ஆனால் இந்த வாசிப்பு ஒரு திறந்த வாசிப்பன்று. கவிதைக்குள் ஒருங்கிசைவையும் (harmony), ஒருங்கு தொகுத்தலையும் (synthesis) வலியுறுத்துகின்ற ஒன்று சேர்க்கும் (unifying) வாசிப்பு. ஆகவே இது மனத்தை பாதிக்கும் சக்தி பெறுகிறது. இவ்வாறு ஒருமைப்படுத்தி, முழுமைப்படுத்தி வாசிப்பதால், மனம் செம்மைப் படும் என்ற நோக்கு அரிஸ்டாட்டில் காலத்திலிருந்தே இருந்துவரு கிறது. இதேபோன்றதொரு முழுமைப்படுத்தும் வாசிப்பினைத்தான் அமெரிக்க வடிவவியல் திறனாய்வாளர்களான நவவிமரிசகர்களும் பயன்படுத்தினார்கள். அதனால் கவிதை தன்னளவில் ஒரு முழுமை பெற்ற அமைப்பு என்று நோக்குவது வாசகரின் பங்கினை மறுப்பதே ஆகும். ஆயினும் இந்த நூலில் வடிவவியல், நவவிமரிசனத்துக்கு ஒத்த அணுகுமுறைதான் விவரிக்கப்பட்டது. இதற்குக் காரணம், வாசகன் பங்கேற்பு என்பது தாறுமாறான ஒன்றல்ல. அவனுக்கும் பயிற்சி வேண்டும். (முதல் இயலின் சொற்களில் சொல்வதானால், கவிதை விளையாட்டின் விதிகளை வாசகனும் நன்கு புரிந்து கொண்டிருக்க வேண்டும்).

அப்படி ஈடுபாடு கொண்டு பயிற்சிபெற்ற வாசகன், தாராளமாக நன்கு பங்கேற்கலாம். விதிகளை நன்கு தெரிந்துகொள்ளும்வரை போட்டி ஆட்டத்தில் பங்கேற்கக் கூடாது என்று சொல்வது தவறல்லவே? (பயிற்சியாட்டத்தில் ஈடுபடலாம், தவறில்லை).

அண்மைக்காலக் கொள்கைகளின் தோற்றத்திற்குப் பிறகு வாசகர் முதன்மைப் படுத்தப்படுவது மிகுந்து வருகிறது. எனினும் வாசகமைய நோக்கு என்பதை ஒரு முதன்மையான விமரிசன நோக்காகக் கொள்ள முடியுமா என்ற விவாதமும் இருக்கிறது. காரணம், வாசகர்கள் தங்களை முதன்மைப்படுத்தும் விதத்தில், எந்த ஒரு விமரிசன அணுகுமுறைக் குள்ளும் தங்களை இணைத்துக்கொள்ள முடியும். இருபதாம் நூற்றாண்டின் பிற்பாதியில் நார்மன் ஹாலண்ட், ஹெரால்டு ப்ளூம் இருவரும் வாசகரை உளவியல் நோக்கில் முதன்மைப்படுத்தினர். ஹாலண்ட் ஒருங்கு குவியும் (convergent) வாசிப்பு என்பதைப் பற்றிப் பேசினார். ப்ளூம், தவறான வாசிப்பு (misreading) என்பதன் வாயிலாக, வாசிப்பின் விரியும் (பன்மைத்) தன்மைகளைப் பற்றிப் பேசுகிறார். மைக்கேல் ரிஃபாத்தர் போன்றோர் குறியியல் முறையில் வாசிப்பை ஒருமுனைப்படுத்தும் விதம் பற்றிப் பேசியுள்ளனர்.

தமிழில் இதுவரை கவிதைப்பிரதி முதன்மை அல்லது அதிகாரம் கொண்டதாகவே நோக்கப்பட்டு வந்துள்ளது. ஆசிரியர் என்ன கருதி யிருக்கிறார் என்பதை சஹ்ருதய பாவத்தினால் உணர்ந்து வாசகர் களுக்குச் சொல்வதுதான் ஓர் உரையாசிரியனது வேலை. வெவ்வேறு உரையாசிரியர்கள் ஒரே பிரதிக்கு வெவ்வேறு வகையாக விளக்க மளித்தபோதும், அவற்றை வாசிப்பின் தன்மையாகவோ மொழியின் தன்மையாகவோ நாம் காணவில்லை. கவிதைக்கு ஒரே வாசிப்புதான் உண்டு என்றும், அதில் தங்கள் வாசிப்புதான் உண்மையானது, பிற வாசிப்புகள் பொய்யானவை அல்லது தவறானவை என்றும் கருதிப் பிற உரையாசிரியர்களை மறுத்திருக்கிறார்கள். இதனால் கவிதை வாசிப்பு தமிழில் தேங்கிவிட்டது. அண்மையில் சில பத்தாண்டுகளாக, மறு வாசிப்புகள் தோன்றிவருகின்றன. பெரியாரியம், சமயம்சார்ந்த கவிதை களில் சில தகர்ப்புகளை முன்வைத்தது. பிறகு மார்க்சியம் போன்ற இயக்கங்கள் தங்கள் நோக்கிலான பொருள்கோளை வலியுறுத்தியுள்ளன.

இங்கே *மறுசெயல்பாடு* (refunctioning) என்னும் கருத்து நோக்கத் தக்கது. பெர் டோல்ட் ப்ரெஹ்ட், வால்டர் பெஞ்சமின் போன்ற ஜெர்மானியக் கொள்கையாளர்கள் உருவாக்கிய கருத்து இது. பொதுவாக, நமது பழைய இலக்கியக் கொள்கைகள் அனைத்துமே இலக்கியப் பிரதிகள் காலங்கடந்தவை, என்றும் உள்ளவை, என்றும் ஒரே அர்த்தத்தோடு நிலைநிற்பவை என்று கருதுபவை. மார்க்சிய

இலக்கியக் கொள்கையினர், வரலாற்றுப்போக்கில் இலக்கியப் பிரதிகளை வைத்துக் காணவேண்டும் என்ற கோட்பாடு உடையவர்கள். இரண்டுமே சாத்தியமற்றவை என்றனர் ப்ரெஹ்டும் பெஞ்சமினும். *இலக்கியப் பிரதிகள் காலங்கடந்தவையும் அல்ல, அதேசமயம் காலத்தை வெல்லாதவையும் அல்ல. காலத்துக்குக் காலம் வெவ்வேறு பொருள்படக்* கூடியவை என்றார்கள்.

ஓர் இலக்கியப் பிரதியின் அர்த்தம் அது தோன்றிய பொழுதிலேயே தீர்மானிக்கப்பட்டு எஞ்சா முழுமை பெற்றுவிடுவதில்லை. பின்வரும் சந்ததியினரால் புதிய அர்த்தங்கள் தரப்பட்டு புதிய பயன்பாடுகளுக்கு அது கொள்ளப்படுகிறது. இலக்கியப் படைப்புகள் இவ்விதம் பயன் படும் என்பதை முன்னாலிருந்த ஆசிரியர்கள் கற்பனை செய்தும் பார்த்திருக்க முடியாது. இலக்கியப் பிரதிகள் தொடர்ந்து மறுவாசிப்புக்கு உள்ளாகிவருகின்றன. தொடர்ந்து புதுவிளக்கங்கள் அளிக்கப்பட்டு வருகின்றன. ஓர் இலக்கியப் பிரதியின் அர்த்தம் என்பது ஏதோ பழத்திற்குள்ளிருக்கும் சாறு போன்று அதற்குள் உறைவதன்று. *ஓர் இலக்கியப்பிரதி என்னென்ன விதமாக வாசிக்கப்பட்டு எந்தெந்த விதமான பயன்பாடுகளுக்கு வரலாற்றில் உட்படுத்தப்படுகின்றதோ, அந்த மொத்த முழுமைதான் அந்த இலக்கியப் பிரதியின் அர்த்தம்.* பெரும்பாலும் இம்மாதிரிப் பயன்பாடுகள் எப்படிப்பட்டவை என்பதை அந்தந்த இலக்கியப் பிரதிகளே தீர்மானிக்கின்றன. எந்த ஒரு இலக்கியப் பிரதியையும் எந்தவிதமான பயன்பாட்டுக்கும் ஏற்பப் பொருத்தி விடமுடியாது. அதேசமயம், ஓர் இலக்கியப் பிரதி எதிர்காலத்தில் எவ்விதப் பயன்பாடுகளை அடையும், எவ்வித அர்த்தங்களைப் பெறும் என்பதை இன்றே நாம் குறித்துச் சொல்லிவிடவும் முடியாது.

வாசகனது சமகாலச் சூழலும், இருப்புமே ஓர் இலக்கியப் பிரதியின் அர்த்தம் என்பதைத் தீர்மானிப்பதில் முதன்மை கொள்கின்றன. தோன்றியபோது ஒரு கவிதை என்ன அர்த்தத்தைக் கொண்டிருந்தது என்பதை நாம் இன்று ஒருபோதும் முழுமையாகத் தீர்மானிக்கவே முடியாது. நமது வாசிப்பின் எல்லைகளுக்குள் நின்றே அதனைத் தீர்மானிக்கமுடியும். ஆகவே *எந்த ஒரு வாசிப்புமே ஓரளவிலேனும் misreading எனப்படும் மாறுபடு/தவறான வாசிப்பாகவே இருக்க இயலும்.* எந்த வாசிப்புமே மாறுபடு வாசிப்பு என்னும்போது உண்மையான, அல்லது சரியான வாசிப்பு என்பதோ, குறித்த நிலைத்த அர்த்தம் என்பதோ இருக்கவே முடியாது.

இனி மீண்டும் விமரிசனம் பற்றிக் காணலாம்:

ஒரு நூல், ஒரு மனிதர்மீது உண்டாக்கிய உணர்ச்சி விளைவை தர்க்க ரீதியாக எடுத்துச்சொல்வதே விமரிசனம் ஆகும். விமரிசனம் ஒருபோதும்

ஓர் அறிவியலாக முடியாது. ஏனென்றால், முதலில், கவிதை மிகவும் அந்தரங்கமான ஒரு விஷயம். இரண்டாவது, விஞ்ஞானம் புறக்கணிக்கக் கூடிய வாழ்க்கை மதிப்புகளைப் பற்றிப் பேசுவது அது. கவிதையின் உரைகல் உணர்ச்சியே அன்றிப் பகுத்தறிவன்று. நமது நேர்மையான உணர்வின்மீது ஏற்படுத்துகின்ற விளைவினை அல்லது பாதிப்பை வைத்தே ஒரு கலைப்படைப்பைக் கணிக்க முடியுமே அன்றி, வேறு வழிகளால் இயலாது. நடை, வடிவம் என்றெல்லாம் வளவளப்பது, போலித்தனமான அறிவியல் முறைகளால் வகைப்படுத்துவது, புத்தகங் களைப் பகுத்தாராய்வது இவையெல்லாம் பிற அறிவுத்துறைகளைப் பார்த்துப்போலிசெய்வதாகும். இவை பொருத்தமற்றவை மட்டுமல்ல, சலிப்பூட்டுகின்ற வார்த்தைக் கூட்டங்களாகவே இவை எஞ்சுகின்றன.

ஒரு புகழ்பெற்ற நாவலாசிரியரும் கவிஞருமான டி.எச். லாரன்ஸ், ஜான் கால்ஸ்வொர்தி என்னும் இன்னொரு நாவலாசிரியரைப் பற்றிப் பேசும்போது 1928ஆம் ஆண்டில் கூறிய விஷயம் இது. நமது கவிதை / இலக்கிய வாசகர்கள் பல பேருக்கும் இதேபோன்றதொரு அபிப்பிராயம் இருக்கக்கூடும். ஆனால் இந்தக் கூற்றுக்குள்ளேயே முரண்பாடுகள் இருப்பதை நாம் கவனிக்க வேண்டும். 'உணர்ச்சி விளைவைத் தர்க்கரீதியாக எடுத்துச்சொல்வது' என்று லாரன்ஸ் கூறுகின்றாரே, அதன் அர்த்தம் என்ன? மிக வெறுப்புடன் அவர் ஒதுக்கித் தள்ளுகின்ற வகைப்படுத்துவது, பகுத்தாராய்வது இவையெல்லாம் இல்லாமல் தர்க்கரீதியாக எப்படி எடுத்துரைக்க முடியும்?

ஓர் அறிவியல் பயன்படுத்துவதைப் போன்ற திட்டவட்டமான வரையறுத்த கலைச்சொற்களை இலக்கியத்தில் பயன்படுத்த முடியா மலிருக்கலாம். ஆனால் அதற்காக இலக்கிய ஆராய்ச்சிக்குத் தர்க்க ரீதியான அறிவே வேண்டாம் என்று சொல்லிவிட முடியாது.

பகுத்தாராய்தல், வகைப்படுத்துதல் என்ற செயல்கள் இன்றி இயற்கையின் மிகச் சிறிய ஒரு பகுதியைக்கூட நம்மால் புரிந்துகொள்ள முடியாது. சில பழங்குடி இன மக்களால் மூன்று நிறங்களை மட்டுமே அறியமுடியும். கருப்பு, வெண்மை, பிறநிறங்கள். பழங்காலத் தமிழ் இலக்கியங்களைப் பார்க்கும்போது ஐந்து நிறங்கள் மட்டுமே குறிப் பிடப்படுகின்றன. ஆங்கில மரபில் ஏழுநிறங்கள். இதேபோலப் பருவ காலங்களையும் ஒவ்வொரு கலாச்சாரத்தினரும் வெவ்வேறுவிதமாகவே காண்கிறார்கள். தமிழ்முறைப்படி காலங்கள் ஆறு. மேற்குநாட்டு முறைப்படி, காலங்கள் நான்குதான். இப்படி இயற்கையையே ஒவ்வொரு பண்பாட்டினரும் அவரவர் கண்கொண்டுதான் நோக்குகிறார்கள். இயற்கையே இப்படி என்றால் செயற்கையைப் பற்றிச் சொல்லவே வேண்டியதில்லை.

லாரன்ஸ் கூறுவதுபோல, ஒரு புத்தகம் ஏற்படுத்தும் உணர்ச்சி, விளைவு – இவை மட்டுமே முக்கியம் என்று வைத்துக்கொள்வோம். இந்த உணர்ச்சி, விளைவு இவையெல்லாம் எப்படி ஏற்படுகின்றன? மொழியினால் அல்லவா? அப்போது அந்த மொழி எப்படிப்பட்டது, அதாவது அதன் நடை, வடிவம் இவை எப்படிப்பட்டவை என்று பேசவேண்டிய அவசியம் வருகின்றதல்லவா?

ஆகவே இலக்கியத்தை ஓர் ஒழுங்கமைவு என்று நோக்காமல் ஒருவரும் தமது உயிரான, நேர்மையான உணர்வை மட்டும் நம்பிச் செயல்பட முடியாது. அப்படி எவரேனும் தமது பகுத்தறிவை முற்றிலும் நம்பாமல் வெறும் உணர்வை மட்டுமே நம்பிப் பேசினால், அதுதான் வளவளப்பாகும். குறிப்பாக அப்படிப் பேசுகின்ற விமரிசகர்கள் சற்றே குறைந்த உணர்வாற்றல் கொண்டவர்களாக இருந்தால் தரத்தில் மிகக் கீழிறங்கிவிடும். நமக்குச் சற்று முந்திய தலைமுறையிலும் க.நா. சுப்பிரமணியம், ஆங்கில நாவலாசிரியர் டி.எச். லாரன்ஸைப் போன்று பகுப்பாய்தல் வேண்டாம் என்பவராகவே இருந்தார். ஆனால் அவரது சமகாலத்தவரான சி.சு. செல்லப்பா பகுத்தாராய்தல் வாயிலான விமரிசனம் (அலசல் விமரிசனம்) என்பதை வலியுறுத்தினார் என்பது நாம் அறிந்தது.

பகுப்பாய்வு நோக்கிலான விமரிசனத்திற்குத் தமிழில் காணப்படும் எதிர்ப்பு இரண்டு தன்மைகளைக் கொண்டது. ஒன்று, பகுத்தாராய்தல். இது பூவினை ஆராயும் தாவரவியலாளன் போலக் கூறுபோட்டு நோக்குவது. அதனால் பயனில்லை என்ற கருத்து தவறானது. இரண்டாவது, 'ஒருவரை ஏன் நாம் குறைசொல்ல வேண்டும்? அதனால் அவரைப் பகைத்துக் கொள்ளுதல்தான் ஏற்படும்' என்ற பயன்வழி நோக்கு. இது ஆரோக்கியமான மனநிலை அல்ல. முதலில் இலக்கியப் படைப்புகளை விமரிசனம் செய்வது தனிப்பட்ட காழ்ப்புணர்ச்சியினால் அல்ல. இன்னும் மேம்படவேண்டும் என்பதற்காகத்தான். மேலும் விமரிசனம் என்பதும் படைப்புப் போல ஒரு தனிப்பட்ட எழுத்துச் செயல்முறையே ஆகும். (தனிப்பட்ட முறையில் காழ்ப்புணர்ச்சி என்பது எந்தத் தொழிலில் இல்லை? அதனால் எந்தத் தொழிலுமே வேண்டாம் என்று தள்ளி விடலாமா?) இதனைச் சரியாகப் புரிந்துகொண்டால் எழுத்தாளர் களுக்கு இதில் கோபம்வர வாய்ப்பில்லை. ஒருவருடைய விமரிசனத் தினால் நாம் நோவடைகிறோம் என்றால் அந்த அளவுக்கு நம்மிடம் குறைகள் இருக்கின்றன என்பதோ (விமரிசனம் சரியானது) நாம் பக்குவமடைய வில்லை என்பதோ (நம் ஈகோ பாதிப்படைகிறது) இரண்டில் ஒன்று உண்மை. விமரிசனம் ஜனநாயகத்தின் ஆதாரம்.

சுட்டி

அங்கதம் 77, 91, 108, 109, 111
அணி, அணிநடை vii, 7, 8, 9, 15, 19, 75, 84, 85, 86, 87, 88, 89, 91, 92, 93, 94, 95, 97, 98, 99, 100, 101, 103, 105, 106, 107, 108, 109, 111, 113, 118, 122, 132, 133, 135
அரசியல் தன்மை 24
அரிஸ்டாடில் ix, 5, 7, 8, 16, 19, 21
அருணகிரிநாதர் 51, 116
அழகியல் தன்மை 17
ஆகுபெயர், சினையாகுபெயர் 61, 102, 103, 104, 105
ஆத்மாநாம் 47, 91
ஆர்வெல், ஜார்ஜ் 27
ஆலன் போ, எட்கர் 30
ஆனந்த் 47, 60
ஆனந்தன், காசி. 96
இடப்பெயர்ச்சி 61
இடைவெளி 17, 51, 53, 54, 56, 108
இயேசுநாதர் 105
இலக்கணை 95, 96, 97, 132, 133
இலக்கிய வகைகள் ix, 16, 19, 26, 29, 98
இன்குலாப் 31
இன்றியமையா உருவகம் 89, 90, 91
உயர்வுநவிற்சி 59, 106, 107
உயிரிக் கொள்கை 15
உருவகம் vii, 9, 34, 37, 60, 61, 74, 75, 84-95, 97-103, 105, 118, 121
உலகளாவிய தன்மை 22, 23
உவமை 59, 74, 75, 79, 84, 87-89
ஊர்தி-கருத்து 75, 89, 99-101
எதிர்நவீனத்துவம் 26, 27
எலியட், டி.எஸ். 2, 26, 121
ஒப்புமைச்செயல் 3, 60-62, 75, 87, 99, 103, 108, 120, 122
ஒருமை 16, 22, 121, 134, 136
ஒலிநயம், ஓசைநயம் vii, 3, 32, 49, 64, 65, 79, 114-117, 119
ஔவையார் 50, 114
ஃப்ராஸ்ட், ராபர்ட் 3, 84, 98
ஃப்ரை, நார்த்ராப் 13, 134
கண்டுணர் வாசிப்பு 56, 60, 62, 63
கம்பர் 18
கருத்துப் படிமம் 79
கல்யாண்ஜி 47
கல்லர், ஜானதன் 14
கலாச்சார நடுவர்கள் 13
கலாப்ரியா 53
கவிதை-பாட்டு வேறுபாடுகள் 10, 31
காட்சிப் படிமம் 79, 101
கால்ஸ்வொர்தி, ஜான் 139
காவியம் 19, 20, 105, 111
குறிப்பர்த்தம், குறிப்புப் பொருள்

58, 59, 61, 65, 105, 115
குறிப்புமுரண் 84, 91, 103, 107-112
குறிப்புருவகம் 105
குறியீடு 18, 27, 65, 89, 98-102, 108
குறைநவிற்சி 84, 106, 107, 108
கைலாசபதி, க. 29, 79
கோல்ரிட்ஜ் 5, 112
சங்கேதம் 5
சசூர் 6
சந்தம் 3, 32, 43, 48, 50-53, 56, 61, 64, 65, 73, 107, 111, 114-119, 126, 134, 138,
சம்பவ முரண் 111-113
சமத்காரத் தன்மை 39, 40
சிவராமு, தருமு 43
சினையெச்சம் 61, 102-105
சுப்பிரமணியம், க.நா. (க.நா.சு.) 13, 140
சுயநோக்கு 17, 18
செய்யுள் vii, 5, 7, 8, 10, 18, 21, 25, 29, 30, 31, 33, 34, 35, 36, 37, 51, 63, 69, 80, 89, 118, 128, 130, 132
செல்லப்பா, சி.சு. 119, 140
சேரன் 46, 89
சொல் விளையாட்டு 1, 43
சொல்முரண் 91, 109, 111, 112
சொற் பயன்பாடு 64
ஞானக்கூத்தன் 11, 44, 47, 71, 114
டூலிட்டில், ஹில்டா 83
டெரிடா 92
தன்னுணர்ச்சிக் கவிதை ix, 19, 20, 52, 129-134
தாகூர் 23
தியாகையர் 38
திரிபு 61
துருவமுரண் நிலை 25
தேசிகன், ரா.ஸ்ரீ. 34
தேவதச்சன் 47, 89

நக்கீரர் 124
நகுலன் 44, 51, 76, 102
நம்மாழ்வார் 132
நவீனத்துவம் 5, 13, 26, 27
நாடகம் ix, 4, 8, 19, 20, 52, 53, 67, 85, 87, 109-111, 130, 133, 134
நாடகமுரண் 110, 111
நிறுத்தம் 36, 50, 51, 73, 105
நூல் ix, x, 5, 10, 11, 13, 14, 16, 17, 23, 29-31, 35, 40, 49, 50, 51, 69, 70, 83, 85, 90, 127, 134-136, 138
நேர்ப் பொருள் 85, 88, 91-93, 99, 101, 102
ப்ரெஹ்ட், பெர்டோல்ட் 137
ப்ரூம், ஹெரால்டு 137
பக்தின், மிகயீல் 66, 71, 72
பசுவய்யா 55, 104
படிமத்தன்மை 73, 75, 77, 78, 79, 81, 82, 83, 134
படிமம் 11, 71, 73, 74, 75, 76, 77, 79, 80, 81, 83, 99, 101, 102
பண்படுத்தும் தன்மை 23
பரஸ்பரப் பிரதியுறவு 17, 19, 26, 114, 120, 129
பரிச்சய நீக்கம் 66, 70, 71, 72, 101
பரிமேலழகர் 110, 128
பரோல் 6
பலகுரல் தன்மை 72
பவுண்டு, எஸ்ரா 26, 74, 83, 121
பன்முக வாசிப்பு 100
பனுவல் 5
பனுவல்மைய நோக்கு 5
பாட்டு vii, 10, 13, 20, 24, 29-37, 48, 51-62, 74, 75, 88, 90, 93, 104, 110, 120, 128, 138, 140,
பாரதியார் 3, 31, 33, 37, 92, 99, 112, 115, 118, 122, 130
பாலா 13, 15, 19, 22, 34, 35, 40, 127

பிச்சமூர்த்தி, ந. 39, 95
பிரதி ix, 3, 5, 7, 9, 11-17, 19- 22,
 26, 50, 53, 56, 57, 60, 61, 68, 69,
 72, 74, 120, 129, 130, 137, 138
பிரம்மராஜன் 42
பிளாத், சில்வியா 95
பிளேட்டோ 5, 8, 21
பீத்தோவன் 48
புதுஅர்த்தப்படைப்பு 61
புதுமைப்பித்தன் 39, 114
புனைந்துரைத்தல் 4, 5
பெஞ்சமின், வால்டர் 137
பெரியாழ்வார் 87
பேட்டர், வால்டர் 6, 15
பொருள்கோள் வாசிப்பு 61, 63
போலி செய்தல் 7, 8, 16
மணி, சி. 4, 13, 30, 39, 44, 45, 71,
 105, 116, 124, 140
மதிப்பீடு vii, ix, 13, 14, 25, 69,
 120-125, 127-129, 131, 133, 135
மல்லார்மே 26
மறுசெயல்பாடு 137
மனிதப்படுத்தல் 94-96, 134
மனிதமைய நோக்கு, மனிதமையப்
 பார்வை x, 5, 20, 22
மாறுபடு/தவறான வாசிப்பு 137, 138
மில், ஜான் ஸ்டுவர்ட் 129
மீளாக்கம், பிரதிநிதித்துவம் 7, 61, 73
மீனாட்சிசுந்தரனார், தெ.பொ. 68,
 69, 94
முக்கியார்த்தம் 45, 59, 60, 62
முகராவ்ஸ்கி, ழான் 66, 67
முரண்கூற்று 105, 106
முழக்கங்கள் 43, 45, 47
முழுமை 15, 17, 22, 23, 28, 48, 56,
 60, 68, 69, 102, 103, 104, 105,
 123, 127, 134, 136, 138
முன்னணிப்படுத்தல் 9, 14, 15, 17,
 66, 67, 68, 69, 70
மெல்வில் 126
மொழியமைப்பு 5, 67, 68
மோலியேர் 85
மௌனம் 53, 54, 55, 56
யாகப்சன், ரோமன் 5, 6, 66, 103
யாப்பு vii, 10, 29, 32, 41, 50, 62,
 114, 115, 117-119, 126
யூமா வாசுகி 101, 123
யேட்ஸ் 26
ரஷ்ய உருவியலாளர்கள் 11, 14, 120
ராஜ்குமார், என்.டி. 123
ராஜகோபாலன், கு.ப. 39
ரிஃபாத்தர், மைக்கேல் 137
ரிச்சட்ஸ், ஐ.ஏ. 11, 75, 99, 136
ரெட்டியார், அண்ணாமலை 51
லயம் 6, 127
லாங் 6
லாட்ஜ், டேவிட் 27
லார்க்கின், ஃபிலிப் 27
லாரன்ஸ், டி.எச். 139, 140
வடிவ வார்ப்பு, வடிவப்பாணி 15
வள்ளுவர் 62, 63, 109
வாசிப்பு iii, vii, ix, 2, 7, 14, 38,
 48-61, 63, 65, 68, 69, 100, 120,
 135-138
விக்கிரமாதித்தியன் 47
விமரிசனம் vii, x, 12, 13, 17, 57,
 120, 135-140
வெண்ணிலா 125
வேங்கடசுப்பையர், ஊத்துக்காடு
 38
வேணு கோபாலன், தி.சொ. 43
வேர்ட்ஸ்வொர்த் 106, 112
வேலரி 26
வைத்தீஸ்வரன் 43
வைல்டு, ஆஸ்கார் 25-27
ஜேம்ஸ், ஹென்றி 136

ஷ்க்ளாவ்ஸ்கி, விக்டர் 66, 69-71   ஹாலண்ட், நார்மன் 137
ஷெல்லி 95   ஹியூம், டி.இ. 83
ஷேக்ஸ்பியர் 87, 104, 107   க்ஷேமேந்திரர் 16
ஸ்ருதி 6

குறிப்புகள்

குறிப்புகள்

படித்துவிட்டீர்களா?

கதையியல்
கதைகளை வாசிப்பதற்கும் எழுதுவதற்கும்

க. பூரணச்சந்திரன்

இந்நூல் கதையின் கூறுகளை எளிமையாக விளக்குகிறது, கதை படிப்பதற்கான இரசனையை மேம்படுத்திக்கொள்ளவும் கதைகளை ஆராயவும் கற்றுத் தருகிறது. எடுத்துரைப்பியல், மீட்புனைகதைகள் பற்றியும் கருத்துரைக்கிறது. இலக்கிய மாணவர்களுக்கும் பொதுவாசிப்புக்கும் ஒருங்கே பயன்படும் நூல்.

பக்கம்: 192   விலை: ₹ 140